# VKவின் கவிதைகள்

பதிப்பகம்

VK'vin Kavithaigal

Written By **Venkadesh Kumar@VK**

Copyright ©

**Venkadesh Kumar@VK** - POETRY WORLD ORG

2021



ISBN (Paperback) - 9789390724406

First Edition : 2021

Book Design by POETRY WORLD

# *VK*வின் கவிதைகள்

எழுதியவர்

*Venkadesh Kumar @*

*VK*

# *VK*வின் கவிதைகள்

எனக்குள் இருந்த உணர்வுகள் மட்டுமல்ல ஒவ்வொருவரின் உள்ளுக்குள்ளும் இருக்கும் காதல், சமூகம், கலாச்சாரம் சார்ந்த உணர்வுகளை உணர்வுகளின் மொழிகளை அழகுத்தமிழால் அலங்கரித்து சமர்ப்பித்திருக்கிறேன். வாசிக்கும் நேரங்களில் நீங்கள் நேசிக்கும் நெஞ்சங்களின் நினைவுகளை நிச்சயம் அனுபவிப்பீர்கள்.

# வெங்கடேஷ்குமார்@*VK*

M.வெங்கடேஷ் குமார், திருவள்ளூர் மாவட்டத்தில் கிராம நிர்வாக அலுவலராக பணியாற்றி வருகிறார். இவரின் சொந்த ஊர் விருதுநகர். பள்ளிப்பருவம் முதலே தமிழ் ஆர்வம் கொண்டவர். மதுரை தியாகராஜர் பொறியியல் கல்லூரியில் அமைப்பியல்(சிவில்) துறை பயின்றவர். காதல், சமூகம் மற்றும் கலாச்சாரம் சார்ந்து கவிதைகள் எழுதுவதில் ஆர்வம் கொண்டவர். பல்வேறு கவிதை தொகுப்பு நூல்களில் இணை எழுத்தாளராக படைப்புகள் அளித்திருக்கிறார். இந்த நூலிலும் உங்களுக்கு பிடித்த தமிழ் கவிதைகளை நிச்சயம் காணலாம்.

# என்னுரை

என்னை உலகிற்கு அறிமுகம் செய்து வாழ்க்கை பாதையில் எப்போதும் உறுதுணையாக இருக்கும் என் தாய்-தந்தைக்கு என் முதற்கண் நன்றி.

தெய்வத்தான் ஆகாது எனினும் முயற்சிதன்

மெய்வருத்தக் கூலி தரும் என்னும் வள்ளுவரின் வாக்குக்கிணங்க இதுநாள் வரையிலான என் விடாமுயற்சியின் விளைவே இந்த கவிதை தொகுப்பு புத்தகம்.

"கல்தோன்றி மண்தோன்றாக் காலத்தே வாளொடு

முன்தோன்றிய மூத்த மொழி"

நம் தமிழ் மொழி. அந்த

தமிழ் மீது நான் கொண்ட பற்றா அல்லது தமிழ் என் மீது கொண்ட பற்றா என்று வியக்கும் அளவுக்கு இன்று வரையிலும் என் வாழ்வில் தமிழ் என்னை வழிநடத்தி எழுத்து உலகில் எனக்கென ஒரு அடையாளம் தந்திருக்கின்றது.

எனக்குள் தமிழார்வத்தின் விதை என் விருதுநகர் அரசு மேல்நிலை பள்ளி ஆசிரியர்களால் எனக்குள் விதைக்கப்பட்டது அதை இன்னும் விருட்சமாக மாற்றிய இடமாக அமைந்தது நான் படித்த மதுரை தியாகராசர் பொறியியல் கல்லூரி.

என் சிந்தையில் உதித்த வார்த்தைகளை ஒரு மலராகத் தொடுத்து உங்கள் முன் சமர்ப்பித்திருக்கிறேன். இதில் காதல் முதல் சமூகம் வரை என் சிற்றறிவுக்கு எட்டிய வரை கவிதைகளாக படைத்திருக்கிறேன். அவ்வளவு பெரிய

சமுத்திரமும் ஒரு சிறு ஊற்றிலேயே தொடங்குவது போல ஒரு அனுபவமாக இந்த முதல் நூல் அமைந்திருக்கிறது. பிழைகளையும் குறைகளையும் சீர்படுத்தி இன்னும் என்னை செதுக்குவதற்கு அமைந்த முதல் ஆயுதம் இந்த நூல்.

இந்நூலின் காதல் கவிதைகளை உங்கள் மனம் சுமந்து கொண்டிருக்கும் காதல் குழந்தையாக எண்ணி மகிழுங்கள் மனித உலகம் பெருவெடிப்பு கொள்கையின்படி விரிந்தது என்ற விஞ்ஞானம் சொன்னாலும் இயற்கை இயல்பாக நமக்காக தந்த காதல் உணர்வினாலே வளர்ந்தது என்பதே என் எண்ணம் அதன் உணர்விலேயே என் முதல் நூலில் காதல் கவிதையை அதிகம் சேர்த்திருக்கிறேன். அன்பிற்கும் உண்டோ அடைக்கும் தாழ் அதனாலே உங்கள் அன்பை என் வரிகளில் பொருத்தி பொறுமையுடன் உணர்வுகளை ரசிக்க வேண்டுகிறேன்

முதல் குழந்தையை சுமந்த தாய்க்கு பிரசவம் பார்த்த மருத்துவர் இன்னும் மனதில் இருப்பது போல என் முதல் நூலுக்கு ஒரு அங்கீகாரம் அளித்து இதை வெளியிட முன்வந்த *Poetry World Organisation (PWO)* பதிப்பகத்தார்க்கு என் நெஞ்சார்ந்த நன்றிகளை எப்போதும் கூற கடமைப் பட்டிருக்கிறேன்

இதுநாள் வரையிலும் என் மனதில் உதித்து நான் மட்டும் வாசித்த என் கவிதை குழந்தையை இன்று உங்கள் கைகளில் தந்திருக்கிறேன்.... அரவணைத்து ஆதரவு தருவீர்கள் என்ற நம்பிக்கையில் என்றும் தமிழுக்கு நன்றியுடன்

உங்கள்,

வெங்கடேஷ்குமார்@VK

# உள்ளடக்கம்

## அதிசயங்கள்

எதிர்பாராத நேரம் வரும்
சந்தோஷங்கள் எல்லாம்
சந்தோஷங்கள் மட்டுமல்ல
அதிசயங்கள்!
கண்ணெதிரே உனை காண்பதைப்போல!

## யாத்திரை

சிலநேரம் நினைவுகள் கால்முளைத்து
எங்கெங்கோ யாத்திரை செல்கின்றன!
சிலநேரங்களில் சிறகுகள் முளைத்து
நிகழ்காலம் மறந்து பறந்து செல்கின்றன!
எல்லாம் நீ இருக்கும் திசையைநோக்கியே.

## ஆசை

மேகத்தூறலில் இதயம் நனைத்துப் போகும்

மழையில், குடையாக நனைய ஆசை.

குளிர்வாடையில் ஆடையாக

மழைத்துளி மாறிட ஆசை

சூரியன் வருவதற்குள் உறைந்து

மழையாகவே மாறிவிட ஆசை.

மழையே அணைத்துக்கொள் அல்லது

என்னை அணிந்துக் கொள்!

## பேசாயோ

வேண்டிய நேரம்

பெய்யாத மழையைப் போல்

நீ பேசாத என் நேரங்கள் காய்கின்றன...

தூரத்து இடிமுழக்கம் தூறல்கூட தராததைப் போல்

உன் ஆன்லைன் ஆக்டிவ் என்னை எரிக்கின்றது

## நீளாதோ பயணங்கள்

ஓடும் பேருந்தின் சக்கரங்கள்

மெதுவாக சுற்றாதோ

ஓயாமல் சிமிட்டும் இமைகளும்

ஓய்ந்து போகாத பேச்சுகளும்

வானத்துடன் ஒட்டிய மேகமாய்

நாணத்துடன் உனை ஒட்டி

நாம் போகும் பயணங்கள்

நாள்தோறும் நீளாதோ!

நாணங்கள் மீறாதோ....


## இறவாத வரம்

புகலிடம் தேடி அலையும் பறவையாய்

மனம் அலையும் வாழ்க்கை வீதிதனில்

ஓர் உச்சிக்கிளையாய்

உனை உணர்ந்தேன்

இரையாய் உன் அரவணைப்பு

இறவாத வரமாய் உன் காதல்

# நான் யாரோ

ஒரிரவில் வந்த மெல்லிசை ஒன்று

மெல்லமாய் தாக்கி சென்றது கொன்று!

வானத்தில் வந்ததென்று

அன்னார்ந்த முகத்தில்

அதிசய ஒளிவந்து மோத

நிலவின் மேல் குற்றம் சொல்லும் முன்னே

தலைநிமிர்ந்து பார்த்தாளே என்னை!!

வார்த்தை புயலுக்குள்

வாசம் செய்பவன் கவிஞனென்றால்

உன் வாழ்க்கை மீதியில்

வர நினைக்கும் நான் யாரோ?

## பாசமுத்தங்கள்

ஆனந்த முத்தத்தின் அழுத்தங்கள் எல்லாம்

வாழ்வின் இறுதிவரை

இதமாய் பதிந்திருக்கும்!!

பருவங்கள் மாறும்

பதட்டமான உலகத்தில்

எப்போதும் பரவசப்படுத்தும்

பழையநினைவுகள்

குழந்தையாய் நாம் பெற்ற பாசமுத்தங்கள்!!....

## நீயில்லா நேரங்கள்

நீயின்றி நகரும் நேரமும், பயணமும்

துணையாக உன் நினைவுகளையே

கைகோர்த்துக் கொள்ளும்...!!

நாம் ஒன்றாக நடந்த சாலைகள்

நம் காதல் பயணங்களின் சான்றுகள்...!!

மரணம் உன்னைப் பிரித்தாலும்

என்மனதில் உன்னைப் பிரிப்பாரில்லை..

## கானப்பறவையே

கருமேக முகில்கள் தலைமேல் குவிந்திருக்க,

கானகம் கடந்து உச்சிமலை மேலே

நான் வீற்றிருக்க, சிறகால் கொடியசைக்கும்

அந்த கானப் பறவைக்கு

நான் தூரிகை கொண்டு கவி

வடிப்பதன் பொருள் புரியுமோ

என்பது போல் இருக்கிறதே

உன் பதில் எதிர்பார்க்கும்

என் ஒவ்வொரு கவிகளும்.


## இமைச்சிறகுகள்

இமைகள் சிறகுகள் ஆனால்

கண்கள் கடல் தாண்டிப் பறந்தும்

உன்னைக் கண்டுவிடும்...

உன்னைக் காணும் நேரம்

என் கடிகாரமும் அசையாமல் நின்று விடும்....

காணாமல் தவிக்கும் கண்கள்

காதலை தவிர்க்கும் வழி கண்டதில்லையே.

# ராட்சசியே

கதவடைத்து கண்கள் சொருகும்

இரவில் கால்முதல் தலைவரை

காற்றாடிக் காற்றில் நனையும் நேரத்தில்

போதையாய் உடல் அசதியில் மெத்தையில்

தூக்கத்தை விதைக்கும் வேளையிலே

காற்று விலக்கிய போர்வையில்

கள்வன் போல் புகுந்து கன்னத்தின்

சதையில் சுருக்கென்று கடிக்கும்

உனக்கும் என்மேல் காமமா....

என் அழகிய கொசுவே.....

இறக்கை கொண்ட ராட்சசியே!!!

இருகைகள் நடுவே சிக்கிவிடாதே!

## இரவின் அறுவடை

நட்சத்திரங்கள் விளையும் வான வயலில்

ஒரு வட்டக்கிணறாய் ஊற்றெடுக்கும் மதியும்,

களையெடுக்கும் காதல் கிளத்திகள்

கருங்கூந்தல் நிறமொத்த காரிரவும்,

வரப்போர நண்டு போல்

தலையெட்டிப் பார்க்கும் காமமும்

அதற்கிரையாய் போன மண்புழுவாய்

மனதில் நெளியும் உன்காதலும்

இருக்கும் வரை என்னிரவுகள்

சீக்கிரம் விளைந்து விடியலை அறுவடை செய்யும்...!!

அதின் விளைச்சலாய் என்கவிதைகள் இருக்கும்...

## நிலமும்பெண்மை

மெல்ல மெல்ல இன்னும் ஆழமாயிறங்கும்

மழைத்துளியால் மென்மையாகி,

பெண்மையாகி விளைத்தவனுக்கு பயிரை

பிரசவிக்கிறதே நிலமும்.

## காதல் நதி

உள்ளூரக் கொந்தளிக்கும்

நினைவு அலைச்சீற்றங்கள்

மனமென்னும் அணை உடைத்து

மடையென்னும் இதழ் திறந்து

என்காதல் நதி உன்னை சேர்வது எப்போது.!

காத்திருக்கிறேன் உன் வெட்கத்தின்

முழுக்கொள்ளளவு எட்டும்வரை


## நீளுமோ இரவு

மேகத்திரை கொண்டு சூரியன் அணைத்து

மோகச்சிறை கொண்டு இரவினை நிறுத்து!!

காற்றுக்கும் இடைவெளி இல்லாமல்

உன் இடையோடு இறுக்கமாய்

உன்னை விலகிச் செல்லாமல்

அழகிய இதழ்களில் ஆக்சிஜன் நிரப்பி

அழுத்தத்தின் அர்த்தத்தை இரவெல்லாம்

விளக்கி இன்னும் நீளச்செய்வோம்

இந்த இரவின் நேரத்தை..

## ஏனடி கோபம்

ஓய்ந்து முடிந்த மழை கூட

வடிவதற்கு ஒருநாளே போதும்.!..

ஓயாமல் வரும் உன் கோபத்திற்கு

ஒரு நாளும் முடிவேதும் இல்லையோ....?!

ஆயிரமுறை ஏமாந்தாலும் கானல்நீர் கண்டு

மீண்டும் ஓடும் கன்று போல

உன் கண்ணசைவிற்காக காத்திருப்பேன்!...

கண்ணின் இமைபோல எப்போதும்

உன்னை காத்து இருப்பேன்..


## நாணுதல்

மலையாக வளர்ந்த என்னில்

நீராக பாய்ந்தாயே...

அலையாகப் பாய்ந்த என்னை

கரையாக அணைத்தாயே...!

காதல் அருவி கடைமடை தாண்டி கொட்டும்போது

நாணச்சாரல் வீசாது போகுமோ...!!

உன்காதல் அருவியில் நனைதலை விட

நாணுதல் அழகானது!!

## அவள்கண்கள்

ஈராயிரம் ஆண்டுகள் மேலும் தாண்டி வந்துவிட்டோம்
எனக்கோ ஆதி உலகில் நான் மட்டுமிருக்கிற உணர்வு
அங்கோ இரண்டு சூரியன்கள்,
உற்றுப்பார்த்ததில் அவள்கண்கள் அது...!!
அவளும் நானும் அந்த உலகமும்....!!

## அழகான பொட்டு

பனிக்கட்டியாகவே விழுந்திருந்தால் அவள்
பொம்மையாக விளையாடி இருப்பாள்!!
அவள் அழகைக் கண்டு கரைந்து போனதால்
அழகான முகத்தின் பொட்டாக விழுவதற்கே
போட்டி போடுகிறதே ஒவ்வொரு துளிகளும்...!

## புயல் வலுக்கிறதே

உன்னிரு விழிகளும் எனை நெருங்கி

உற்றுநோக்கி அருகில் வரும்போது

அடிக்கடி எனக்குள் புயல் மையம் கொள்கிறது!

நீ என்னை நகர்ந்து சென்ற பின்னும்

என் உணர்வு அலைகள் சீற்றம் கொண்டு

மேலும் புயல் வலுக்கிறதே....!!

## காதல் புயல்

என் ஆழ்மனதில் மையம் கொண்ட காதல்புயலால்

மண் இறங்கும் மழைப்போல

உன் மனதில் இறங்க விழைகிறேன்

உன்மனதின் அணையை கொஞ்சம் திறந்துவிடு

காதல் மழையால் நீயும் நிரம்பிவிடு.....

## காதல் யுத்தம்

பாலைவனத்தில் காய்ந்தவள் பனிக்கூழ்

மழையில் நனைகிறேன்

பாவை என் கன்னங்கள்

உன் இதழ் ஈரத்தில் நனைந்த போது...!!

உன் இதழ் சூட்டில் இன்னும் உருகிப் போக ஆசை

உன் காதல் யுத்தத்தில் உன்னுள் உறைந்து போக ஆசை


## காரணம்

நெஞ்சில் ஒரு கனவு

கனவில் ஒரு ஏக்கம்

நேரத்தில் ஒரு வேகம்

நிகழ்காலத்தில் ஒரு மாற்றம்

எதிர்காலத்திற்கொரு ஆசை

இரவுகளில் ஒரு தாகம்

இமை மூடுகையில் ஒரு பாரம்

பார்வையில் ஒரு பரிதவிப்பு

பாடல்களெல்லாம் ஒரு சிலிர்ப்பு

இந்த மாற்றங்களுக்கெல்லாம் ஒரு காரணம்

உன் மீது நான் கொண்ட காதல்....!

## பெண்மலர்

உன் இதழ்களைத் தொடாமல்

தேன் எடுக்க தேனீ அல்ல நான்

ஆனால் எனக்கு தேன் நீ.....

மலரைத் தொட தேனீயின் இறக்கைகள்

அனுமதி கேட்பதில்லை

இந்த பெண்மலர் மட்டும் என்

இரு கைகளுக்கு அனுமதி மறுப்பதேனோ..!!


## நீயே

என் கண்ணின் இமையும் நீயே

கண் காணும் இனிமையும் நீயே!

கண்ணின் ஒளியும் நீயே!

கண்முன் தெரியும் வழியும் நீயே!

கண்ணின் அழகாம் புருவமும் நீயே!

கண்முன் தெரியும் அழகான உருவமும் நீயே!

கண் மூடிப்பார்த்தால் வரும் கவிதைமழை நீயே!

கண் கொட்டாமல் பார்க்கும் காரிகை சிலை நீயே.

## செல்லப்பெயர்

அழகான பெயர் எனக்காக அன்னை வைத்தாலும்

ஏனோ என்னவள் நீ செல்லமாய்

உன் கன்னங்கள் மலர்ந்து இதழ்கள் குவிந்து

என் பெயர் சுருக்கி அழைக்கும்

ஒவ்வொரு நேரமும் இருகைகள் அருகே

சிறகுகள் முளைக்குதே....

இதயம் வானில் பறக்குதே..


### தாவரம் என்னும் தாய்

வானமும் பூமியும் கொண்ட உறவில்

மழையாக வந்த உயிரணுக்களைத்

தாங்கி உணவென்னும்

குழந்தையைப் பெற்றெடுக்கிறாள்

தாவரம் என்னும் தாய்....!!

# உன் அழகைப் பார்த்ததும்

இன்றென்ன கவிதை எழுதவில்லையா எனக் கேட்கிறாய்

திருடித்திருடி எவ்வளவு கவிதைகள் நானும் எழுதுவது

நான் திருடுகிறேன் என்று தெரிந்தும் நீயும் அதை ரசிக்கிறாயே இதை என்னவென்று சொல்ல

திருடத்திருட இன்னும் கூடிக்கொண்டே போகிறதே உன் அழகு மட்டும்

உன் இதயத்தை திருட தான் இலக்கு வைத்தேன்

உன் அழகைப் பார்த்ததும் அதை கவிதையாக எழுதி வைத்தேன்

# பஞ்சுமிட்டாய்

எனக்கே பொறுக்க முடியவில்லை

அடம்பிடித்து ஒரு அறைவாங்கியும் அடங்காமல்

அதுதான் வேண்டும் என்ற பிடிவாதம் கொண்டு

அந்தக் குழந்தை ரசித்து தின்ற பஞ்சுமிட்டாய் பார்த்ததும்

எனக்கே பொறுக்க முடியவில்லை

அதான் கடித்துவிட்டேன்

உன் கன்னங்களை.......

பார்த்து மீண்டும் அழுகிறது அந்தக்குழந்தை

எனக்கு அந்த அக்கா பஞ்சுமிட்டாய் தான்
வேண்டுமென்று......

## கண்கள்

வானம் தவற விட்ட இரண்டு நிலவுகள்

வந்து தஞ்சம் புகுந்தது அவள் முகத்தில் கண்களாக...

## வளையல்

இதயத்தை வளைத்து இருகரங்களில் பூட்டிக்கொண்டாய்

நீ வளையல் என்கிறாய்

நான் என் இதயம் என்கிறேன்

காதில் வைத்து கேட்டுப்பார் துடிக்கும் சத்தம் கேட்கும்..

## அதிகபட்சம்

அதிகபட்ச வர்ணனை கவிதைகள் வேண்டாம் என்கிறாய்

அதிகபட்ச காதலை நான் எப்படி சொல்லி வைப்பது

அதிகபட்ச அழகை எப்படி ரசிக்காமல் இருப்பது

அதிகபட்ச ஞாபகத்தை எப்படி நினைக்காமல் இருப்பது

அதிகபட்ச கற்பனையை எப்படி கவிதையாக்காமல் இருப்பது

அதிகபட்ச வார்த்தைகளின் அர்த்தத்தை எப்படி ம்ம் என்பது
போல் சொல்லி முடிப்பது

அதிகபட்சம் ஒன்று சொல்கிறேன்

நான் உன்னை காதலிக்கிறேன்.

## குறுஞ்செய்தியில்

இருட்டில் அலையும் சமையலறை

எலியாக இருந்த என் இதயம் பரண் மேல்

பதுங்கிய பூனையைப் பார்த்ததைப் போல்

மிரண்டது நீ அனுப்பிய HAI எனும்

குறுஞ்செய்தியில்..

## கோபங்கள்

வரும் கோபங்கள் ஆழப்புதைந்து
நெஞ்சில் நெகிழியாக தங்காமல்
சந்தோஷத்தை உள்ளிழுத்து
கொல்லும் அகழியாகவும் மாறாமல்
கடல்அலையில் காணாமல் போகும்
கடற்கரை கிறுக்கலாக மறையட்டுமே!
இமைத்துடிப்பின் வேகத்தில்
இதயம் நீங்கி செல்லட்டுமே!

## நினைவுச்சான்றுகள்

என் கிராமத்துப் பாதைகளில் பாதம்படுகையில்
பதியும் சுவடுகளிலெல்லாம்
இதயம் இளமையாகிறதே...
தொலைந்து போன என் ஞாபகங்களெல்லாம்
தோள்மீது கைபோட்டு என்னை நடத்திச் செல்கிறதே....
நீளும் இந்த சாலைகள்
நான் வாழும் வாழ்க்கையின் பொக்கிஷ நினைவுச்சான்றுகள்

## மீள்சக்தி

நீராவியான நீர்த்துளிகள்

மீண்டு நீராவதை

நிராகரிக்க முடியுமோ!..

அடைப்பட்ட ஒவ்வொன்றுக்கும்

மீள்சக்தி உண்டெனில்

மீண்டுவர உனக்கும் வழி உண்டே!


## நடனம்

நடனம் என்றோர் கலையுண்டு

அதில் நளினம் ஒங்கியுயர்ந்து

சிலை போல் உடல் நலிந்து மலை போல் உணர்வுகள் நெளிந்து

மதி மயக்கும் ஆடல் கண்டாலே

மனம் மயங்கும் தன்னாலே!

## அகந்தை

அப்பாவைத் தவிர

ஆணினத்தை வெறுக்கும் பெண்

அகந்தை பிடித்தவள் ஆகிறாள்

அவள் அகத்தை அறியாத,      மதியாத ஆண்களின்
மனதில்!!..

## பிஞ்சுப்பாதம்

காணாத ஏழு அதிசயங்களை கண்முன்னே கண்ட
ஆச்சரியம்!!......

பல மாதங்கள் வயிற்றில் எட்டி உதைத்த பாதங்கள் தரை
மீது எட்டு வைக்கும் நேரங்கள்!!..

உன் பிஞ்சுப்பாதம் காண்கையில் நெஞ்சம் பூவாய்
இலகுதே...!

உன்னை கொஞ்சித் தூக்கிடும் வேலைகளில் என் நெஞ்சின்
பாரங்கள் விலகுதே!!

## கடமை அதுவே

அதிகபட்ச ஆயுட்காலம்

அவனவன் அறிந்ததில்லை

அதுவரையில் பாடம் கற்பிக்காமல்

காலம் நம்மை விடுவதில்லை!

காத்திருப்பெல்லாம் காலன் வருகை மட்டுமே...

அதுவரையிலும் சேர்த்திருப்போம்

பெற்றோரை நம் அருகில் மட்டுமே..


## இழந்தோமோ

உயர்ந்த வானத்தில்

ஒரு சிறந்த பயணம்....

அந்த தட்டான்களின் இறக்கைகளில்

இளவயது நினைவுகளும் பறக்கிறது....

நிசப்த நடையெடுத்து முள் மீதமர்ந்த தட்டான் பிடித்த
வெற்றியெல்லாம்

படையெடுத்து கோட்டை வென்று அரசாண்ட சுகம்...

இன்றோ,

விளையாட தட்டான்கள் இருந்தும் விரலோடு பட்டன்கள்
இழந்து செல்போனுக்குள் சிறையானோமே

## சோம்பல்

விடியும் வேளைகள் எல்லாம்

நான் தொடங்கும் வேலைகள் இன்றே முடிந்துவிட ஆசை

நாள் முடியும் போதே தெரிகிறது

நகரும் கடிகார முள்ளில்

மணி முள்ளாக என் வேலையும்

நொடி முள்ளாக என் சோம்பலும்

இழுத்துப் பிடித்திருக்கிறது என்னை இயங்கவிடாமல்..


## நானே

நதி மீது நகரும் இலைபோல்

என்னியல்பில் நானிருப்பேன்

விதியென்று நடக்கும் செயல்களை கவனமாகவே
பார்த்திருப்பேன்

சதியொன்று எனை சூழ்ந்தால்

சாதாரணமாகவே கடந்திருப்பேன்

மதியென்றும் கைவிடாது எனையென்பதை மறக்காமல்
உழைத்திருப்பேன்

நேர்மையை நெஞ்சோடு நிறைத்திருப்பேன்

வாய்மையை என்னோடு என்றும் சேர்த்திருப்பேன்...

# அன்பு

அன்பின் அறிமுகம் அது அன்னையில் தொடங்கிடும்...

அன்புடையோரின் ஆதரவுக்கரம் அதுவே

அவசர உலகின் ஆதாரம்

உயிர்களின் சிறந்த உயர்ந்த பண்பு

அது நம் உள்ளத்தில் உதித்திடும் அன்பு!

உறவுகள் என்னும் அழகான கவிதைகள் பிறக்க உள்ளத்தில்
விதைத்திருப்போம் அன்பின் விதைகளை!

# அப்பா

நான் பிடித்த முதல் பேனா உன் கைவிரல் தானே அப்பா!

என்னைப் பொறுத்தவரை நீங்கள் ஒரு ஆண் சரஸ்வதி

என் அறிவுக்கடலின் தலைக்காவிரி

என் அறிவுக்கு ஆசானும் நீயே..!!

அகரமும் நீயே!

கடலை கைக்குள் அடக்க முடியாததைப் போல் உங்களை
என் கவிதைக்குள் அடக்கமுடியாது அப்பா!

அப்படிச் சொல்வதென்றால் வானத்து நட்சத்திரங்கள் என்
வரிகளுடன் போட்டி போடும்!

சுருங்கச் சொன்னால்

என் வாழ்வின் அர்த்தம் நீ...

உன் கனவுகளின் மொத்தம் நான்.

## அவள் இல்லாமல்

"சாயங்காலம் அஞ்சுமணி

இந்நேரம் உதட்டுல அந்த டீ துளிப் பட்டு அத தொடச்சுக்கோயானு சொல்லிட்டு நைட்டுக்கு என்ன செய்யட்டும்னு கேட்ருப்பா"

என்ற புலம்பல்களுடன் அவள் இல்லாமல் ஒவ்வொரு மாலையும் அந்திசாய்கிறது......

வலி

தூரத்துல போறது எம்மகன மாறியே இருக்கேபா என்ற புலம்பிய பாட்டியிடம் சொன்னேன்.. "அவரு பக்கத்துல வருவாரு நல்லா பாருங்க பாட்டி"

பாட்டிசொன்னது.. "என்மகனா இருந்தா பக்கத்துல வர மாட்டான்பா"

## முடியுமோ

உள்ளிருக்கும் உணர்வுகளுக்கெல்லாம் உதடுகள்
இருந்திருந்தால்

சொல்லியிருக்கும்

இதுதான் என் ஏக்கம்

இதற்காகத்தான் தொலைகிறது உன் தூக்கம் என்று!

என்ன செய்ய இருப்பது ஒரு உதடு அவ்வளவையும்
சொல்லிவிட்டால் ஆயுளுக்கும் வாய் மூட முடியுமோ..?!


## என் ஆட்டுக்குட்டியே

காட்டு வழிப்பாதையெல்லாம்

கல்லும் மண்ணும் கால் பாதத்தை முத்தமிட

ஒரு வேப்பங்குச்சி ஒடித்து

ஒய்யாரமாய் வீசிவர

மனதுக்குள் தூங்கிய

பழைய நினைவுகளைத் தூசி தட்டி எழுப்பி கற்பனை
விரித்து நான் தனியே சிரித்து வர

காலுக்குள் தலையை விட்டு என்னைத் தூக்கிப் போடா டேய்

என்கிறாயே உனக்கு எவ்வளவு எகத்தாளம்...!!

-என் ஆட்டுக்குட்டியே

உன் சிரிப்பில் சிக்கிய

என் சின்ன இதயம்

சிறகடித்துப் பறக்கிறது

சிந்தனை முழுதும் உன் நினைவுகள்

இந்த உலகத்தையே மறக்கடிக்கிறது!!

அந்த வெட்கச்சிரிப்புக்கு

இந்த பூமியின் விலைபோதுமா

உன்னை மொத்தம் ரசிப்பதற்கு

இந்த ஜென்மம் தான் தீருமா....!

அழகிய பாவையே

எப்போதும் என் மேல் வேண்டும்

உன் விலகாத பார்வையே......!

உலகத்து ஏழு அதிசயங்களில்

எட்டாவது அதிசயம் நீ....!

உன்னை எட்டிப் பிடிப்பதின்

ரகசியம் சொல்வாயா நீ........!

காத்திருக்கிறேன் காதலுடன்!!

காற்றைப் போல் எப்போதும்

இருப்பேன் உன்னுடன்...!!

# வெட்கத்தில் அவள்

அடைமழை பெய்யக் காத்திருக்கும்

கூடிச்சேர்ந்த மேகங்களின் குளிர்ச்சி

அவள் வெட்கம்....!

கடைவீதி சென்றதும் கண்டதையெல்லாம்

அடம்பிடிக்கும்  குழந்தையின் அழுகை

அவள்  சிணுங்கல்...!

மடைமீது முட்டி மோதி நிற்கும் நிறைந்த

அணையின் காற்றுச்சத்தம் அவள்

வெட்கத்தில் படபடக்கும் அவள் இதயத்தில்...!

நிலவின் எடை கூட இவள் நின்றால் சமமாகும்

பூமியின் இன்னொரு நிலவே இவள்...!

இடைஇடையே நிறுத்தி ரசிக்கும்

இமயமலை பயணம் போல அழகாய்

நிறுத்திப் பேசும் அழகின் புதையல் அவள்....!

உடலோடு ஒட்டிய உடையாக

எப்போதும் நாணத்தையும் நளினமான

புன்சிரிப்பையும்
புத்தாடையாய்  அணிந்தவள்...!

இன்னும் சொல்லலாம் அவளை

அருகில் கண்டதும் அழகில் அத்தனையும் மறந்தேனே....

# தேவதை அவள்

இருள் கொண்ட கருமை கூட

அவள் முகம் பட்டு வெளுத்துவிடும்...!

இவள் கொண்ட தீபம் கூட

இன்னும் கொஞ்சம் வெளிச்சம் தரும்...!

இதழ் பட்டு வெளிவந்த வார்த்தைகளும்

இனிய கீதமாகி விடும்..!

இமை மூடும் கண்கள் கூட இவளைப்

பார்த்தால் இயங்க மறுத்து விடும்...!

இதமான தென்றல் காற்றும் இவள் தொட்டால்

இறுக அணைத்துக் கொள்ளும்..!

இவள் பார்க்கும் பூ கூட இமை நொடியில் கற்பிழக்கும்..!

இதுவரை இயற்றாத செய்யுள் கூட

இவள் பேசினால் இலக்கியமாகும்..!


இவள் பெயரின் எழுத்துக்களும்

இன்பத்தமிழின் வரமாகும்..!

இன்னும் கொஞ்சம் சொல்லப் போனால்

இறைவன் படைத்த உயிரோவியம் அவள்

இறக்கைகள் இல்லாத தேவதை அவள்...!

## தாயுமானவனே

அன்பில் ஒரு ஆதவன் நீ

அகிலம் தந்த ஆதரவு நீ


என் பெயரில் சேர்ந்த இணை நீ

என் உயிரில் கலந்த துணை நீ


என் நினைவில் இருக்கும் ஞாபகம் நீ

என் கனவில் இருக்கும் கற்பனை நீ


என் முகத்தினில் இருக்கும் மறையாத மலர்ச்சி நீ

என் அகத்தினில் இருக்கும் குறையாத புத்துணர்ச்சி நீ


என் உள்ளத்தில் இருக்கும் உறங்காத ஆசைகள் நீ

என் உதட்டினில் இருக்கும் ஓயாத சிரிப்பின் ஓசைகள் நீ...


ஒளிரும் என் கண்களில் நீங்காத பிம்பம் நீ

ஒருடம்பில் ஈருயிராய் எனைச் சேர்ந்த இன்பம் நீ..


கண்களில் கண்ணீரே வரவிடாமல் கண்மணி போல்
காப்பவன் நீ

காலத்தின் சக்கரத்தில் கையருகே கிடைத்த இந்த
பெண்மணியின் காதலன் நீ

நெருங்கிவந்து அணைப்பதில் வானம் கொண்ட மழைமேகம்
நீ

மயங்கி வந்து மார்போடு சேர்வதில் என் முதல் மழலைக்
குழந்தை நீ....

மாதவிடாய் வலி கூட உன் மடி சேர்ந்ததும் மறையுமே

உன் பாதம் படா பாதையில் என் கால்கள் தானாய் வழி
மறக்குமே...

இமைப்பொழுதும் என்னையே நினைப்பதில் இணையான
தந்தை நீ

யாருக்கும் கிடைத்திடாமல் என் கையில் கிடைத்திட்ட
தங்கம் நீ...

என்னை கவனிக்க

ஒரு தாய் போதாதென்று..

இறைவன் அனுப்பி வைத்த

இன்னொரு தாயுமானவன் நீ.

# இயற்கையின் அனிச்சை

நன்றாக இருக்கும் வானம் திடீரென மழையை அவிழ்த்து விடுவது

காற்று தன் பிடியை விட்டதும் தன் காதலியான மலை தழுவும் முகில்கள்

அதுவரை அழுத குழந்தை அன்னை பார்வையில் காணும் அமைதி

வண்டி பறந்ததும் அதை பிடிக்க போவது போல் அதுவும் பறக்கும் சாலையோர மணற்துகள்கள்

விழுந்த இலையை இறுக பற்றி அணைக்கும் நிலம்

சுடும் எனத் தெரிந்தும் மீண்டும் விளக்கையே சுற்றிவரும் ஈசல்பூச்சி

விளக்கைப் பார்த்ததும் ஓடி ஒளிந்துகொள்ளும் இருள்

மின்னல் கண் சிமிட்டியதும் வானத்தை ஓங்கி அறையும் இடிசத்தம்

மலர் இடங்கொடுக்காவிட்டாலும் இதழ் உறிஞ்சும் தேனீ


இயல்பாய் இயங்கிக் கொண்டிருக்கும் இதயத்தையும் சட்டென மெதுவாய் நிறுத்திப் பார்க்கும் சில ஞாபக பாடல்கள்

காய்ந்து போன புழுதி மண்ணில் சடசடவென வந்த மழையில் மூக்கைத் துளைக்கும் மண்வாசம்

கட்டுக்கடங்காமல் கூட்டத்தில் துளிர்படும் கண்ணீரை ஓடித்துடைக்கும் கைகள்

சரியாகவே இருந்தாலும் ஆண் எதிர்பட்டதும் மாராப்பை சரிசெய்யும் மாதர்குணம்

இதெல்லாம் இயற்கையின் அனிச்சை செயல் என்று நம்பும் நீ

உன்னைப் பார்த்த நொடியிலேயே எனக்குன்மேல் காதல் வந்ததை மட்டும் நம்ப மறுக்கிறாயே....

காதலும் இயற்கையே...

# நீயும் நானும்

கடல் போர்த்திக் கொண்ட அலை நீ...!

அதனுள் உறங்கிடும் குளிர் நான்..!

மலை உச்சி உருவாக்கும் நதி நீ ...!

நதிக்காக காத்திருக்கும் கடல் நான்...!

காட்சிகளை படம் பிடிக்கும் கண்கள் நீ..!

அதை பத்திரமாக பாதுகாக்கும் இமை நான்..!

உலகிற்கு ஓய்வு தரும் இரவு நீ..!

இரவுக்கும் உயிர் கொடுக்கும் கனவுகள் நான்..!

பெண்மைக்குள் ஒளிந்திருக்கும் நாணம் நீ..!

நாணத்திற்கும் பொருள் கொடுக்கும் காதல் நான்..!


குதூகலமாய் கொஞ்சி விளையாடும் குழந்தை நீ..!

கொஞ்சம் கொஞ்சமாய் உனை நெஞ்சம் அணைக்கும் தாய்மை நான்..!

ரசித்து கேட்க வைக்கும் பாடல் நீ..!

அதற்கும் உயிராய் உருவம் தரும் இசை நான்...!

பார்த்ததும் மனம் இழுக்கும் மலர்ந்திருக்கும் மலர் நீ..!

மலரையே சுற்றி வரும் மயங்கிப் போன தும்பி நான்..!

மண்ணோடு மனம் நனைக்கும் விண் தந்த மழை நீ...!

கண்ணோடு கண்மணி போல் உனை காக்கும் அணை நான்..!

உயிரும் உறவும், அன்பும் ஆசையும், காதலும் ஊடலும், கவியும் தமிழும்

உவமையும் தொகையும்

இதையெல்லாம் போல்

இனி நீயும் நானும்....

உன்னோடு இணைந்தே இருப்பேன்..!

உன் இதயத்தில் இருப்பேன்..!

உன்

இதயமாகவும் இருப்பேன்..!!

# நானறிவேன் உன்னை

நானறிவேன் உன்னை என் காதல் கண்மணியே....

தேய்பிறையில் காயும் அந்த திங்கள் என்னைக் காணாமல் தேயும் உன் கண்களைச் காட்டுதடி....

மேகமே இல்லாத சோகமான வானம்

என் பிரிவால் விரக்தியில் சுருங்கிடும் உன் நெற்றிதனைக் காட்டுதடி....

நீரின்றி வறண்டு போன பாலைவனங்கள் எல்லாம் என் ஈரமுத்தங்கள் குளிர்விக்காமல் காய்ந்து போன உந்தன் கன்னங்கள் ஆனதடி....

கூக்குரல்கள் இல்லாத குயில்கள் பார்க்கையில் என் கொஞ்சல்கள் இல்லாத உன் தனிமையை கூறுதடி....

வானத்து நட்சத்திரங்கள் எல்லாம் உன்னில் நான் முழுவதுமாய் தொலைந்த உன் மூக்குத்தி அழகை காட்டுதடி....

உன்னை நானறிவேன் கண்ணே!!

நிலவில்லாத இரவுகள் இருக்கலாம்

உன் நினைவில்லாமல் இல்லாமல் என் இருதயம் இருந்திடாதடி...

என் செய்திகள் உன்னைச் சேராமல் இருக்கலாம் என் செவியோரம் உன் குரல் சேராமல் இல்லையே....

நெஞ்சில் வைத்து நினைவில் வாழும் உன் காதலுக்கு

உன் நினைவையே நிஜமாய் வைத்து வாழும் காதலனின் கடிதம்...

# உன்னருகே நானிருந்தால்

மலரோ முட்களோ எதுவாயினும் ஏற்பேன் உன் கைகள் என்னை தீண்டினால்

மழையோ வெயிலோ எதுவாயினும் நடப்பேன் உன் பாதம் முன் தொடர்ந்தால்

இரவோ பகலோ இரண்டிலும் விழித்திருப்பேன் உன் கண்கள் எனக்காக காத்திருந்தால்

கதையோ, கவிதையோ இரண்டையும் வாசித்திருப்பேன் கருப்பொருளாக நீ இருந்தால்

பாடல் வரிகளோ ராகமோ இரண்டையும் ரசித்திருப்பேன்

பாடுவது நீயாக இருந்தால்

நிலவோ சூரியனோ இரண்டையும் பிடிக்குமென்பேன்

உன் கண்கள் அண்ணாந்து வானம் பார்த்தால்

கோபமோ சிரிப்போ இரண்டையும் ஏற்றுக்கொள்வேன் கொடுப்பது நீயாக இருந்தால்

கூடலோ ஊடலோ இரண்டுக்கும் ஆசையே

உன் தொடுதலில் ஒரு காதல் இருந்தால்

இன்பமோ துன்பமோ இரண்டையும் ஏற்பேன் ஆறுதலுக்கும் அணைப்பதற்கும் அருகில் நீயிருந்தால்

வாழ்வோ சாவோ இரண்டையும் வரவேற்பேன் உடன் வருவது நீயாக இருந்தால்......

கவியோ தமிழோ இரண்டுமாக நானிருப்பேன்

நான் இயற்றும் செய்யுளாக நீயிருந்தால்......

என் நேசமே உன் சுவாசமாக இருக்கும்

உன்னருகே நானிருந்தால்

# கண்ணாளனே

ஆயிரம் சூரியன் வெளிச்சத்தை அடைக்கலமாய் கொண்டவனே....

ஆலமர விழுதாக என் ஆழ் இதயத்தில் வேர்விட்டவனே ...

பாயும் இடம் பலவாறானாலும்

சேருமிடம் நதிக்கு தெரியும்....

தேயும் மதி மீண்டொரு நாள் முழுவானம் வரை கண்தெரியும்...

நானும் உன் திருமதி தான்

என் கடல் நீ தான், உன்னைச் சேர்ந்திடும் நதி நான்...

காதல் அது நீ காண்பாய்

உன் தேடல் அதை நான் ரசிப்பேன்

ஓர் ஊடல் அது வந்தாலே

உன் உடைக்குள் நான் புகுவேன்

ஏனடி கொல்கிறாய் என நீ கடிந்தாலும்

நான் உனை இழுக்கிறேன்

இதழோடு அணைக்கிறேன்

உன் முனகல்கள் ரசிக்கிறேன்

மூன்றாம் ஜாமம் வந்தாலும் கண்மூடாமல் உன்னை எழுப்புவேன்

காதோடு கதைகள் பேசி கட்டில் மேல் உலகப்போர் நடத்துவேன்

உடல் விட்டு உயிர் மாறும் வித்தை உனக்கு கற்றுத்தருவேன்

உன் உடலில் என் வாசம் சேர்த்து உன்னோடு என்னை
இணைத்திடுவேன்

இதழ் கொண்டு இதழ் மூடி இமைகள் தானாக கண்மூடி
இதுவரை செல்லாத உலகம் காண்போம்

இருட்டுக்குள் புது வழி தேடி இடைகளோடு வலி கூடி
இளைப்பாறிடு என் மடி தேடி

தேய்ந்திடும் இரவினை மெதுவாக நிறுத்தலாம்

தேடிக்கண்ட சுகம் தன்னை மீண்டும் கூடி தொலைக்கலாம்...

தொடரும் இந்த இரவின் அன்பினில் ,

நான் தினம் தொலைந்திடுவேனே உந்தன் அரவணைப்பினில்,

மலரும் இந்த நினைப்பினில் உன் மார் சாய்வேனே தினமும்
என் கனவினில்....

# நீ பார்த்த நொடிகள்

நான் இமைக்க மறந்திருப்பேன்

இமைகள் இருப்பதையே மறந்திருப்பேன்

கண்கொட்டாமல்

நீ பார்க்கும் அழகெல்லாம்

எனக்கே என்னை பிடிக்கும் தருணங்கள்

என்ன நினைத்துக் கொண்டிருப்பேன்

என் நினைத்து என்னையே நீ வெறிப்பாயே

காதல் கயிறொன்று திரித்து மோக நெய் ஊற்றி காமம்
விளக்காய் எரிந்து கொண்டிருக்கும் கண்களோ அது...!

இல்லை கர்ப்பம் உறுதி செய்த பெண்ணொருத்தி

கணவனிடம்      சொல்லக்      காத்திருக்கும்      வெட்கத்தின்
கண்களா...!

எச்சில் விழுங்காமல் நானும் எங்கேயோ பார்த்திருப்பேன்

கண் இமைகள் தூரிகையில் என்னை உன் இதயத்தில் நீ
படமாய் வரைந்து கொண்டிருப்பதால்


எதிர்காலம் பற்றி சிந்தித்திருப்பேன் என நீ நினைத்திருப்பாய்

நீ கண்ணை கொஞ்சம் வேறுதிசை அகற்றினால் நானும்
உன்னை எதிர்நோக்கும் காலம் வேண்டி

காத்திருப்பேன்..

முனிவர் செய்த தவம் போல நான் அசையாமல் இருப்பேன்
புற்றுப்போல உன் காதல் பார்வையால் என்னை நீ சூழ்ந்து
கொள்வதற்கே...

அலை காணும் கடல் போல அடிக்கடி இந்த நீங்காத
பார்வையை வீசிவிடு

என்னையே உனக்குள் இழுத்துக்கொண்டு மூடிவிடு......

முதல்முறை நான் உன்னை பார்த்த நெடுநேர ஞாபகங்களின்
கார்பன் தாள் பிரதிகள் ஆகிறதே இப்போது உன் நீங்காப்
பார்வைகள்


கண்முன் இருக்கும் இந்த கடல் கூட வேறிடம் செல்ல
நினைத்து விடும்

உன் காதல் பார்வை அதனை சுனாமியாய் சுருட்டி கொண்டு
போய் விடும் என்ற பயத்தில்

தேகம் தழுவும் வாடைக்காற்று கூட உன் மோகப்பார்வை
பெருமூச்சினில் நீராவியாகி விடும்

பயந்து பயந்து இறைக்கின்றன அலைகள்..! அதீத சத்தம்
உன் பார்வைக்கு இடைஞ்சலாகி விடக் கூடாதென்பதால்....!

இந்த மயக்கம் இன்ப மயக்கம் இன்னும் இன்னும் நீளவே
இழுத்துப் பிடிக்குது சூரியனை நகர விடாமல் வானமே..

# காதல் நோயின் அறிகுறிகள்

துடிக்கும் இதயத்தின் சத்தம் வெளியே கேட்கிறது!

இமைகள் மூடாமலே கனவுகள் வருகிறது!

எங்கோ ஒலிக்கும் பாடல் என் காதில் விழுகிறது!

தனிமை என்னை தனியே அழைக்கிறது!

மழலைகள் பேச்சின் அர்த்தம் புரிகிறது!

விளக்கைத் தொட்டாலும் சுடாமல் தீ எரிகிறது!

சூரியன் அருகில் வந்தால் கூட

அதன் கை பிடித்து நடக்க தோன்றுகிறது!

பனிக்கட்டி உருகி மழையாக மாறுவது என் கண்களுக்கு
தெரிகிறது!

கருவிழிகள்    எப்போதும்    செல்போனையே    வெறித்துப்
பார்க்கிறது!

கண்ணாடியில்   ஒருவன்   அடிக்கடி   என்னைப்   பார்த்து
சிரிக்கிறான்!

காதல் பாடல்கள் கேட்கும் போது

கைகளுக்கு அருகில் சிறகுகள் முளைக்கிறது!

காற்றில் கூட கால்கள் பறக்கிறது!

நண்பர்கள் பேசும்போது

என் இதயம் எங்கோ போகிறது!

வாய் மட்டும் உம் சொல்கிறது!

வானத்து நிலவை பேச்சுத்துணைக்கு அழைக்கிறேன்!

வண்ணத்துப் பூச்சிகளை வயிற்றுக்குள் உணர்கிறேன்!

தாய்மடியை தலையணையாக நினைக்கிறேன்!

தந்தையின் அதட்டலுக்கு அசட்டுத்தனமாய் வழிகிறேன்!

தங்கையின் சண்டையையும் செல்லமாக ரசிக்கிறேன்!

வந்த காரணம் புரியாமல்

நீண்ட தூரம் நடந்த பிறகு விழிக்கிறேன்!

இன்னும் என்ன சொல்வது! நிறைய இருக்கிறதே!


ஐயோ நானும் காதலிக்கிறேனே!

இதுதான் காதல் நோயின் அறிகுறிகளோ?

# தேவதை

தேவதை என்றே ஆரம்பிக்கிறேன் என் கவிதையயை

என் தேவதை உன்னோடே ஆரம்பிக்க நினைக்கிறேன் என் வாழ்க்கையை..!

பனி கொட்டும் மார்கழியில் கம்பளியாய் உனக்கிருப்பேன்

கஷ்டத்தையும் தரும் இந்த வாழ்க்கையில் நீ அதைக் காணாமல் அன்பை அளிப்பவனாய் நானிருப்பேன்!!

மூடிய மொட்டுக்கள் மலர்ந்திடும் அழகை கண்டதுவுமில்லை

ஆயிரம் மலரழகு உன் அழகுச்சிரிப்பைக் காண என் ஆயுள் போதுவதுமில்லை!

அமைதியான நூலகமான என் குடும்பத்தில் அழகான புத்தகமான என் வாழ்க்கையில் அதிசயமாய் அமையப் பெற்ற அழகான கவிதை நீ... அன்பு விருட்சத்தின் விதை நீ....

புயல் சிக்கிய தோணிக்கு கலங்கரை விளக்கம் போல் வாழ்க்கை தோல்வியில் சிக்கிய எனக்கு வந்து சேர்ந்த அலாவுதீன் விளக்கு நீ...அதிர்ஷ்டத்தின் பிறப்பு நீ...

அன்னை கருவறை ஆனந்த சுகத்தினை உன் கண்ணருகில் உணர்கிறேன்

பத்து மாதம் தான் அந்த சுகம்

என்றும் பத்தாதே இந்த சுகம்!

அப்படியென்ன காதலில் மயக்கம் என்பவர்க்கெல்லாம் தயக்கமின்றி சொல்கிறேன்!

உண்மையான ஒருத்தி/ஒருத்தன் அன்பை பெற்றுப் பாருங்கள்

அத்தனை வலிகளும் அங்கே தோற்றுப் போகும்!

# மனம்

மனம் ஒரு பெரிய வானமோ?!

கேட்க ஆள் இல்லாத மேகங்கள் போல் நினைவுகள் அலைகிறது

இறுக்கிப் பிடிக்க முடியாத காற்றுப் போல் இம்சை தருகிறது

தலை வைத்து தண்டவாளம் படுத்து ரயில் வந்த போது அலறி எழுந்தவனைப் போல் பயம் கொள்கிறது

சிலநேரம் ஆளில்லா ரயில்வே கேட்டை கடக்கும் ஆட்டுக்குட்டி போல் பயமே இல்லாமல் எனக்கென்ன வென்று திரிகிறது

அடைமழைக்கு ஒதுங்க இடம் தேடி அலைபவனைப் போல யாரேனும் பேச வரமாட்டார்களா என ஏங்குகிறது

ஐந்நூறு ஆயிரம் ரூபாய் செல்லாதென அறிவிக்கப்பட்ட நாளினைப்போல் அடுத்தடுத்து அதிர்ச்சி அடைகிறது

அமிலம் குடித்த வாயினைப் போல நெளிந்து நெளிந்து எரிச்சலாகிறது

காஷ்மீருக்கோ கலிபோர்னியாவுக்கோ ஒரே நொடியில் பறந்து நிஜ உலகத்தை மறக்கிறது....

எந்திரிடா டேய் என்று மூளை சொன்னாலும் அசராமல் எருமைமாடு போல் படுத்தே கிடக்கிறது

உரம் ஊற்றி வைத்த பால் மறுநாள் தயிராவது போல் கொஞ்சம் உறங்கினாலே சரி ஆகும் எனத்தெரிந்தும் என்ன ஆகுமோ என்ன ஆகுமோ என்று உயிரை வாங்கித் தொலைகிறது.....

எல்லாருக்கும் ஒரு பிரச்சனை இருக்குல்ல என்று அதுவே தன்னை சமாதானப்படுத்திக் கொள்கிறது..!

சரியாத்தான் சொல்லியிருக்காங்க

"மனம் ஒரு குரங்கு.."தான்

## ஏனோ வானிலை மாறுதே

கண்ணில் ஒரு ஊசி இறங்கியும் கலங்காத கண்கள் நெஞ்சில்
ஒரு சொல் விழுந்து பிளந்து போகிறதே.....

காரிருள் வழி நடத்திச் சொல்லும் போது கண் பார்வை
இருந்தென்ன தோன்றுதே...

பேனாவின் முனை கூட இப்போது ஈட்டியாய் நெஞ்சில்
இறங்குகிறதே....

எட்டுத்திக்கும் ஒரு இரைச்சல் இம்சையாய் கிளம்பி
இதயத்தில் பாய்கிறதே...

பௌணர்மி நேர கடலலை போலே எண்ணங்கள் ஓங்கி வந்து
மனதை அறைகிறதே...

பட்டாம்பூச்சியின் இறக்கையில் பருமன் கூடிப் போனதைப்
போல்

உடலில் உயிர் எடை கூடுதே, உணர்வில் ஒரு வலி
சேருதே....

கனவில் வரும் காயம் கூட கண்ணில் நீர்த்துளி தருகுதே...

தவிக்கும் நெஞ்சத்தில் தகிக்கும் கனலை மூட்டுதே.....

முறையாக எதுவும் புரியாமல் கறையாக நெஞ்சில்
படிந்ததே....

என்றும் மூடாத கதவுகள் முள்கண்ணாடியாய் இன்று
மாறுதே.....

மழை போல் பொழியும் பாசம் இன்று பிழையால் வலியில்
சாகிறதே...

ஏனோ இதயத்தின் வானிலை மாறுதே...

# அன்புத்தங்கை

கடவுள் தந்த என் கருவறை சொந்தமே

கண் முன் நின்றிடுமே அன்னையின் மறுபிம்பமே

அன்னை கைபிடித்து வளர்ந்தவர் இருக்க

அண்ணன் கைபிடித்து வளர்ந்த என் தங்கமே

உன் வாழ்க்கை காவியத்தின் முன்னுரை எழுதப்பட்ட நாள்

உன் பிறந்தநாள்

"பாப்பா பொறந்துருக்கே எனக்கு" என்று ஆஸ்பத்திரி
சுவர்கள் என் ஆர்ப்பரிப்பில் காதுகளை அடைத்துக்
கொண்ட நாள்

"பாப்பாக்கு என்ன தெரியுதுப்பா" என்று பரவசமடைந்தேன்

பார்த்த முதல் நொடியிலே என் விரலினை நீ பற்றிக்கொண்ட
அழகினில்

என் வயதுக் குழந்தைகள் மணலில் குதித்து விளையாடிக்
கொண்டிருக்க நான் உன்னை மடியில் தூக்கி வைத்து
கொஞ்சிக் கொண்டிருப்பேன்

பள்ளிக்கூடம் செல்ல அடம்பிடிக்கும் பிள்ளைகள் மத்தியில்
"நானும் அண்ணன் கூட ஸ்கூலுக்கு போறேனே" என்று
என்னையும் பள்ளியை விரும்பச் செய்தவள் நீ...

வானில் மட்டுமே என்ற நம்பிக்கை தகர்ந்து வீட்டிலும்
அவதரித்த தேவதை நீ

அம்மா அப்பா நான் என்ற தோட்டத்தில் அழகாய் உதித்த
அன்பென்னும் அழகியமலர் நீ...

அன்னையை காணாத நேரத்தில் அவளை தேடவே
தோணாமல் செய்திடும் உன் அன்புக்கு நிகர் நீ...

அதட்டிடும் அப்பாவையும் எனக்காக அமைதியாக்கும் பாசத்தின் பெருஞ்சுவர் நீ

வானிலை முன்னறிவிப்பை போல என் மனநிலையை முன்னறிந்தவள் நீ....

நிறைய சொல்லலாம் உன் அன்புக்கு உவமைகளாக

அடுத்த ஜென்மத்தில் வந்துவிடு நீயே எந்தன் மகளாக...

மழையில் விட்ட கத்திக்கப்பல், மருதாணி வைத்த உன் பிஞ்சுக்கைகள், தீப்பெட்டிக்குள் வளர்த்த பொன்வண்டு, போட்டி போட்டு சேர்த்த உண்டியல் காசு, அம்மாவின் மடி சேர செல்லச்சண்டை, அப்பாவிடம் நாம் கற்ற ஆங்கில வார்த்தைகள், ஆசையாய் குடித்த திருவிழா சர்பத்

,எப்போதும் ஆர்வமாய் பார்க்கும் வானவில், ஆளுக்கொருவாய் ஊட்டிவிட்ட பாட்டியின் நிலாச்சோறு,

இன்னும் நிறைய நம் அன்பின் சுவடுகள்

அண்ணன் தங்கை உறவின் அழியாத நினைவுகள்

வாழும் காலமெல்லாம் உன் அன்பில் கரைந்து உன் சந்தோஷத்திற்கு காரணமாய் இருந்து, கஷ்டங்கள் உனை தீண்டாமல் காத்து, உன் மகிழ்ச்சியை மனதார ரசிப்பதே இந்த அண்ணனின் ஆசைகள்

## தற்கொலை

உறங்கிக் கிடந்த உணர்வுகளின் சுனாமி அலை

உயிரைப் பறிக்க நமக்கே இல்லாத உரிமையின் பிழை

தீர்க்க முடியாத கஷ்டத்தினால் எடுத்த முடிவில்லை

தாங்க முடியாத சோகத்திற்கு இதயம் கொடுத்த விலை

வந்துப்போகும் கஷ்டங்களுக்கு முடிவு இல்லை

நொந்துப் போகும் நெஞ்சங்களுக்கோ

தற்கொலை ஒரு முடிவே இல்லை

விந்து பட்டு மூடிய கருவறை கூட முதல் வெற்றிதான்

வந்த பின்பு சிந்தனை ஏனோ வாழ்க்கையின் கவலையைப்பற்றிதான்

கரை சேரும் நம்பிக்கையிலேயே கப்பலும் நடுகடல் வந்திடும்

குறை சொல்வார் குறித்து எண்ணத்திலேயே நம் நற்செயலும் முடிவுரை கண்டுவிடும்

ஒருமுறை கிடைத்த வாழ்க்கை இது

பல தலைமுறைக்கான தலைவிருட்சம் அது

தவறுகள் செய்யாத மனிதர் யார் இங்கே

அதை சரி செய்திட தானே உண்டு வழிகளும் இங்கே

சரியே ஆகாமல் போனாலும் காலம் அதை கடத்திடுமே கரைத்திடுமே

அதை நீ மறக்காதே ஒரு நாளும்....

நானும் அதை செய்ய நினைத்தேன் என நினைக்காத ஆளில்லை

எல்லாப் பிரச்சனைக்கும் தற்கொலை மட்டுமே எல்லை இல்லை

அப்பா திட்டியதில் ஆரம்பித்து தேர்வில் தோல்வி, காதல் தோல்வி,வேலையில் தோல்வி, கடன் கஷ்டம், பணக்கஷ்டம், நேசித்த உயிரின் பிரிவு, கவுரவ மானம் என்ற காரணங்கள் ஏராளம்

அதை காலத்தின் கட்டாயம் என நினைந்து

கடந்து விட்டால் இந்த வாழ்க்கை தந்திடும் இவர் வலிமையானவர் என்ற அடையாளம்

இனி என்ன இருக்கிறது நான் வாழ என்ற வெறுப்புக்கு தீர்வு

நம்மை விட கஷ்டப்பட்டு முன்னேறிய பல நல்லவர்களின் வாழ்வு

துரத்தியடிக்கும் இந்த வாழ்க்கையின் நோக்கமே

நம்மை நாலு பேருக்கு நல்ல எடுத்துக்காட்டாக மாற்றிடும் ஒரு மார்க்கமே...

சொல்வது எளிது வலி வரும்போதே தெரியும் என்போர்க்கெல்லாம்

தற்கொலைக்குப் பின் மாறிடுமோ நடந்த காட்சிகள் எல்லாம்

இனி ஒரு வாழ்க்கை நமக்கெதற்கு இந்த வாழ்க்கையில் வெல்வோம் நல் இதயங்களை சேர்த்து...

இனி ஒரு வாழ்க்கைக்கு இல்லை ஆதாரமே

வரும் கஷ்டத்தை எதிர்த்திட நமக்குண்டு அறிவின் பலமே....

நேர்மறை எண்ணங்களை சேர்த்திடுவோம்

எதிர்மறை எண்ணங்களை எரித்தடுவோம்...!

# ஆம் அவன் ஆண்...

பிறந்ததுமே ஒரு பேரானந்தம்

இவன் நம் பாரம் குறைப்பானென்ற நம்பிக்கை

மறந்தும் கஷ்டத்தை குடும்பத்தில் சொல்வதில்லை

மருந்துக்கும் கூட செலவு வைக்கக் கூடாதென மனதுக்குள்ளேயே நோயை புதைப்பவன்

எத்தனை கவலைகள் இருந்தும் இடையில் நிற்காமல் ஓடும் குடும்பத்தின் அச்சாரம் அவன்..!

அறுந்துப் போன மின்சாரவயர் போன்ற சமூகத்தில் குடும்பத்தை உயர்த்துவதையே உறுதியாய் கொண்டு உழைப்பவன்

சொந்த வீடு இல்லாமலே சோதனைக்கென்று கல்யாணத்தை வெறுப்பவன்...!

கூடப்பிறந்த கருவறைச் சொந்தங்களுக்கும் காவல் அவன்

தன் வயது போவதை நினையாமல் அக்கா , தங்கைக்கு ஒரு வாழ்க்கை அமைக்க துடிப்பவன்

நிலம் நனைய

தான் சிரிக்கும் மேகம் போலே தன்னலம் மறந்து மனைவி, மக்கள் மனம் குளிர ஆசைகள் வளர்ப்பவன்

அடுத்தடுத்து ஒரு பொறுப்பினை இதயக் கருவறைக்குள் சுமப்பவன்

ஆம்...அவன்....ஆண்...

# குழாயடி நேரங்கள்

ஊற வைத்து துணிகாயும் நேரத்திற்குள் ஊரில் நடந்த கதையெல்லாம் அரங்கேறியிருக்கும் இடம்

பேச்சுக்கலையில் கவனம் ஈர்க்கும் வித்தை எல்லாம் கற்றுத் தரும் இடம்

அடைமழை கூட வெளுத்து விடும் இந்த படையின் பேச்சு மழை ஓய்வதில்லை....

"அவதாண்டி இதுக்கெல்லாம் காரணம்" என்பதில் தொடங்கி "இப்ப போனாளே இவ மட்டும் யோக்கியமாக்கும்" என்பதில் முடியும் இந்த வதந்தி வங்கி...

"இந்தாடி கொஞ்சம் சீக்கிரம் வந்து சோத்த போடடி" என்று கத்திய கணவனுக்கு வீட்டிற்கு வந்ததும் "இனிமே இப்படி கத்துவியா" என கொமட்டில் குத்துகள் வாங்கித் தருமிடம்..!

பத்திரிக்கை செய்திகள் நுழையாத ஊர்களில் செய்தி பிறக்கும் பறக்கும் பட்டாம்பூச்சி தோட்டம் அது..!

திருஷ்டி சுத்தி பூசணி உடையும் இடம் நிச்சயம் ஒரு குழாயடி இருந்து விடும்..!

இவ்வளவு தானா பேசிப் போனோம் என அவர்கள் நினைப்பதற்குள் கால் முளைத்து நகர்ந்திருக்கும் அவர்கள் காலடி மணற்துகள்கள்....

ஒவ்வொரு வீடும் எதிர்பார்க்கும் நடவடிக்கை

இந்த குழாயடிப் பேச்சில் சிக்காத ஒரு வாழ்க்கை..!

அப்படியே வந்தாலும் வரட்டும் வாழ்த்துப் பேச்சாக..!

அதுவே இருக்கும் ஒவ்வொரு இல்லத்தின் நினைப்பாக..!

கலகலப்பும் கதையளப்பும் கிளுகிளுப்பும் கும்மாளமும் கொடி கட்டிப் பறந்த இடம்...

இன்று இருக்குமிடம் தெரியாமல் அழிந்ததே இணைய செல்போனிடம்.....

# அழுவாத மா

கார்மேக நிறத்தழகி

கன்னத்தில் குழி விழும்

சிரித்தாளே கோடி மின்னல் முகத்தில் எழும்

பத்தாவது படிக்கும் போதே பரீட்சையில மொத மார்க்கு

பாவம் இவ பொறந்ததோ ஏழைக்கு

மூட்டை தூக்கும் மாரிமுத்து களையெடுக்கப் போகும் காளியம்மாளுக்கு

இவ ஒத்தப்புள்ள

சொத்து கித்து ஏதுமில்ல இவ படிப்புல தான் கெட்டிப் புள்ள

தாய்மாமய்ங்க நாலு பேரு ஊருக்குள்ள

இவ அழகுக்கு ஈடு இணை யாருமில்ல...!

அதனால மாப்பிள்ளைக்கு போட்டிக்கு பஞ்சமில்ல


காலேஜுக்கு சீட்டு கிடைச்சு படிக்க போறேன்னு அழுதபுள்ளைக்கு

பாவம் அம்மா சொல்லிட்டா

பன்னெண்டு படிச்சது போதும் கல்யாணம் பண்ண இதுதான் நேரம்!

அவ அழுகைக்கு மருவாத யாரு தந்தா ஆத்தா சொல்றேன் ஒழுங்கா கேளுனு வார்த்தையில அடங்கிப் போனா...

கஷ்டப்பட்டு சேர்த்து வச்ச எட்டு பவுனு எட்டு ஊரு தாண்டி வந்த மாப்பிள்ளைக்கு கிடைச்சது பாரு இந்த அழகுத்தேனு....!

நல்லாத்தான் போச்சுங்க மொத ரெண்டு வருஷம்

அதுக்குள்ள வாங்கிக்கிட்டா ஒரு புள்ளய வயித்துல ரொம்ப
சந்தோஷம்..!

கட்டிக்கிட்டவன் வேலையோ பருப்பு மில்லு..

கடன்காசு வாங்காம போனது வாழ்க்கை நாளு....

அப்பப்போ ஆச வரும்

காலேஜு நெனப்பு வரும்

என்னத்த மொத மார்க்கு

சலிச்சித்தான் போயிக்குவா

சமாதானமும் ஆயிக்குவா...

அதென்ன எழவோ அன்னிக்கு ஊரே திரண்டு வந்துச்சு அவ
வீட்டு திண்ணைக்கு

இவ கிட்ட கூட ஆளு வரல அதுக்குள்ள ஒப்பாரி சத்தம்
அவ காதுக்குள்ள

அடியே பாவி மக தாலிய அக்க வச்சுருச்சே அந்த பாழாப்
போன லாரி வந்து

அங்கேயே இறந்தானாம் ஆக்சிடெண்டில் உயிரவிட்டு

ஒத்தப்புள்ளய தோள்ள போட்டு ஓடுனாளே ஆஸ்பத்திரி
திசையக் கேட்டு

எல்லாமே முடிஞ்சு போச்சு

பாவம் இருபத்தஞ்சு வயசுலயே விதவையாச்சு


எந்த நேரத்துல நீ பொறந்தியோனு எல்லாரும் கேக்க அவ
பெத்த பொம்பளப்புள்ள மட்டும் சொல்லுச்சே

அழுவாத மா நா இருக்கே.

# கனகாம்பரப்பூ

வேர்விட்ட அந்த கனகாம்பரச் செடிக்கு அப்போதே தெரியும் போல

அவள் கூந்தல் சேர்வோமென அதனாலேயே கிடுகிடுவென வளர்ந்து விட்டது

பிரம்மனிடம் வரம் வாங்கியே வந்திருக்கும் போல அவள் வீட்டில் வளர்க்கும் செடியிலேயே

தன் பிரசவம் நடக்க வேண்டுமென....

வயதுக்கு வந்த பெண் முறைமாமனுக்கு காத்திருப்பதைப் போல

மொட்டான நாள் முதலே சிட்டாக துள்ளிக் குதித்தது

அவள் கூந்தல் சேரும் நாள் வரப் போகிறதென..!!


பெண் பார்க்கும் படலமும் வந்து போனது அவள் பூப்பறிக்கும் நாள் நாளை காலை என்று அவள் கத்திப் போனது அதன் காதில் விழுந்தது


அவள் பறிக்கும் நாளில் வெட்கத்தில் தலைகுனியவுமில்லை அது!

தலை குனிந்தால் வாடிப் போய் விட்டதென அவள் சூடிக் கொள்ள மாட்டாளோ என்ற பயத்தில் தலைநிமிர்ந்து அவள் அணைப்பை ஏங்கியது...!!

அவள் தலைசேரும் அந்தநாளும் வந்தது! கழுத்துக்கு தாலிப் போல அவள் கையாலே நூலில் கோர்த்துக் கட்டி வைத்தாள் மறுநாள் காலைக்காக!!

முதலிரவுக்காக காத்திருக்கும் கன்னி போல அவளைச் சேரும் அந்த முதல் பகலுக்காக காத்திருந்தது அந்த கனகாம்பரம்...

மறுநாளும் வந்தது அவள் கூந்தல் கூடி முகம் மலர்ந்து சிரித்தது...


அவளோடு அதுவும் பள்ளிக்கு வந்தது

ஆசையோடு இருந்தது

அடிக்கடி அவள் கை தொட்டுப் பார்த்து அழகை ரசித்ததால்..!

நேரம் போகவே அதற்கும் தெரிந்தது அவள் அழகை அவள் காதலன் நான் ரசிக்கவே அவள் ஆவல் கொண்டது..!

இவன் தானோ அவனென்று சரி இந்த ஒருநாள் போதும், பிறவிப் பயன் அடைந்தோமென்று என்னைப் பார்த்துப் பார்த்தே முகம் வாடி குனிந்தது...

# திண்ணைக்கிழவிகள்

கொஞ்சம் கிராமங்களுக்கு பின்னோக்கி போவோமா...

காதில் தந்தட்டி அந்து விடும் அளவுக்கு போட்டி போட்டு கேலி கதை பேசித் திரிந்த கிழவிகள் கூட்டம் பற்றி கதைப்போமா....

ஊர் மீது உச்சிவானத்தில் பறந்த பறவையை இனம் காண்பது முதல் புதிதாய் ஊருள் புகும் ஆள்வரை மனதிலேயே வருகைப்பதிவேடு பராமரிக்கும் திண்ணை கிழவிகள் பற்றி அறிவோமா...

"அவளப்பத்தி நா சொல்லவா அன்னைக்கி நடந்த கத சொல்றேன் கேளுங்கடி" என ஆரம்பிக்கும் புறணி முதல்

ஊர் வரலாற்றை அடுத்த தலைமுறைக்கு எடுத்துச் சொல்லும் வாழும் கல்வெட்டுகள் இந்த கிழவிகள்....!

"பிள்ளையை பெத்துருக்கா பாரு நல்ல பிள்ள" "என இவர்களின் உச்சரிப்பிலேயே உணர்ந்து கொள்ளலாம் ஒரே வார்த்தைக்கு இரண்டு பொருள் இருப்பதை ......!

"இங்க கொண்டாடி புள்ளைய" என பிறந்த குழந்தையை பக்குவமாய் குளிப்பாட்டி வளர்ப்பதில் இருந்து "மகராசன் சீமத்துரை விட்டுட்டு போய்ட்டானே" என ஒப்பாரி வைத்து எல்லா சடங்கு முறை சொல்லிக் கொடுக்கும் கிராம தேவதைகள் இந்த கிழவிகள்...!

"வாடி எஞ் சக்களத்தி அப்டியே பாக்கு இடிக்கிற கல்லுல வச்சு இடிச்சிப் புடுவேன்" என்பதில் தொடங்கி எட்டுக் கட்டையில் சண்டை பிடிக்கும் வசனங்கள் எல்லாம் அந்தந்த வட்டாரங்களின் வீரத்தமிழ்ச்சிகள்....!

முதல்மாத கர்ப்பகாலம் முதலே மாத்திரை உடம்பாய்ப் போன இந்தக் கால பெண்கள் மத்தியில் பிரசவ வலி வரைக்கும் புல்லுக்கட்டும் முள்ளுக்கட்டும் சுமந்த கருங்கல் உடம்பு காரிகள் இந்தக் கிழவிகள்....!

"அதென்னமோ அந்த தீபாவளி பண்டங்கள் எல்லாம் இந்தக் கிழவி செஞ்சாத்தான் நல்ல மணமா வருதுன்னு"

வருங்கால கிழவிகள் வயித்தெரிச்சலுடன் பொறாமைப்படும் கில்லாடி சமையல்காரிகள் கிழவிகள்.....!

பேரன் பேத்திகளின்

கன்னத்தோடு கன்னம் ஒட்டி கொஞ்சிப் பேசி சிரிக்கும் அழகெல்லாம்

அப்பத்தா ஆச்சிகளின்

வாழ்நாள் சுகம்....!

"ஏய் ஆத்தா கொஞ்ச நேரம் உம் மடியில படுத்துக்கேன் ஒரு கதையச் சொல்லு" எனும் பேரன்கள் எல்லாம் எப்போதும் பிறந்த குழந்தைகள் தான் இந்தக் கிழவிகளுக்கு!!

"அந்த ஓமத்த கொஞ்சம் புள்ள வாயில ஊத்தி முதுகுல தட்டி விடுடி" என்பது முதல் எல்லா நோக்காடுக்கும் மருந்து சொல்லும் பட்டம் பெறாத மருத்துவச்சிகள் இந்தக் கிழவிகள்...

ஏக்கர் கணக்கில் நில புலன்கள் என்ன! சவரன் கணக்கில் நகைகள் இருந்து என்ன! இந்த திண்ணைக் கிழவிகள் தான் ஒவ்வொரு வீட்டின் பெரிய சொத்து.....

# பள்ளிக்கூடம்

எனக்கான நாட்களே
உன்னை மீண்டும் அழைக்கிறேன்
எங்கோ தொலைந்த நான் மீள ஒருதவிப் புரிவாயோ
காலம் விழுங்கிய என் வயதுகள் இப்போதும் புதையலாய்
நெஞ்சில் நினைவுகளை தூர்வாரிக் கொண்டிருக்கிறது
நடந்து சென்ற சாலைகள் இன்னும் கால் தடங்களை
கல்வெட்டுகளாய் தாங்கியிருக்கிறது
கால் மிதித்து நகர்ந்த சைக்கிள் நினைவுகள் இன்றும் மனதில்
சக்கரமாய் சுற்றி வருகிறது
வரிசையில் எங்கு நின்றாலும் மனம் தானாகவே பள்ளியின்
காலை ப்ரேயர் நினைவுகளை நிறுத்தி விடுகிறது...
வருகைப் பதிவேட்டில் பெயர் வாசிக்கும் தருணமெல்லாம்
இதயம் மெதுவாக துடிக்கும் ..நம்பெயர் அழகினை ரசிக்கும்
நேரமோ என்னமோ....
ஒரே ஒரு டிபன் பாக்ஸ் தான்
நம் வீட்டின் அன்றைய சோறு , கூட்டு எதுவென்று ஞாபகம்
இருக்காது நண்பர்கள் கூட்டத்தின்
சந்தோஷம் மட்டும் நெஞ்சில் இருக்கும்.
ஒரு மணி நேர மதிய உணவு இடைவேளை...
மத்தியான வெயிலெல்லாம் மார்கழி பனி போல
இவிங்களுக்கு என்று டீச்சர் திட்டிய பொழுதுகள்
மைதானத்தில் மாப்பிள்ளைகள் நாங்கள்...
ஆயிரம் அடிகள் திட்டுகள் வாங்கியிருந்தாலும் அதெல்லாம்
அன்பின் முத்திரைகள் அழியாத பொக்கிஷங்கள்....
அன்று அழுத நாட்கள் நினைக்கையில் இன்று சிரிப்பு
வருகிறது
சிரித்த நாட்களை நினைத்து பார்க்கையில்
கண்ணீரை கைகள் துடைக்கிறது......

இன்னும் நிறைய நினைவுகள் நம் வகுப்பறையில் நாம்
அமர்ந்த இருக்கைகள் சொல்லும்...

# விடாமுயற்சி

சின்னஞ்சிறு இதயம்!

அதில் சிறகடிக்கும் கனவுகள்!

அத்தனையும் நிறைவேறும்!

உறுதியுடன் கூடிய விடாமுயற்சி இருந்தால்......!

வேதனைகளும் சாதனைகளாய் மாறும்

விடாமுயற்சி என்னும் விதை இருந்தால்......!

கலங்கிய நீர் கூட கணநேரத்தில் தெளிவாகும்...!

நீர் போன்ற நெஞ்சைக் கொண்டிரு....

எப்பாத்திரத்திற்கும் ஏற்றால் போல்

உன் பாத்திரம் அமையும்படி.....!

திண்ணிய நெஞ்சம் கொண்டிரு!

திகட்டாத காதல் கொண்டிரு...!

திமிராத அமைதியை வேண்டிரு!


எண்ணியனவெல்லாம் ஏக போகமாய் முடியம்

ஏளனங்களை மதியாத ஏற்புடை நெஞ்சமிருந்தால்!!

வறியவனாக பிறந்துவிட்டால்

வாழ்வதற்கு வழி இல்லையா!

வறுமையை வழியனுப்பி

வாழ்ந்தவர்கள் யாரும் இல்லையா??......

விழுவது இருமுறை ஆனாலும்

எழுவது மும்முறையாகட்டும்...!

பலமுறை விழுந்தால் தான்

மழைத் துளியும் ஆறாகும்...!

ஒரு விடாமுயற்சி தான்

பொக்ரானில் அணுகுண்டாய் வெடித்தெழுந்தது..!

ஒருவரின் ஆயிரமாவது முயற்சிதான்

உலகத்தின் இருளை வெளிச்சமாக்கியது!!!!


தூங்காமல் கனவு காணுங்கள்!

அப்துல்கலாமின் கனவுகளுக்காக அல்ல!

அவரவர் அப்பாக்களின் கனவுகளுக்காக..........

விதைக்குள்ளே இருந்து விட்டால்

வெளியேறாது ஆலமரம்!

உனக்குள்ளே இருந்துவிட்டால்

வீணாகும் உந்தன் திறம்!!...

திடமான முடிவெடு!

திறமையுடன் முன்னேறு!!

கடின உழைப்பை காணிக்கையாக்கு

வருங்காலம் உன்னோடு!!!!

வசந்தகாலம் உன் வாழ்க்கையோடு

# அன்புள்ள ஆசிரியருக்கு

கேடில் விழுச்செல்வம் ஒருவற்கு கல்வி

அக்கல்விக்கே விழுச்செல்வம் அதை கற்பிக்கும் ஆசிரியர்!

அறிவின் ஊற்றும் அன்பின் ஊற்றும் ஒருங்கே அமைந்த அதிசய அருவி எம் ஆசான்

உம்மை அறிவில் வாழ்த்தி அன்பில் வணங்குகிறேன்!!

பரந்த கல்வி வானத்தில் ஒளிரும் சூரியன் நீ

குளிரும் நிலவும் நீ

மாணவர் மனதில்

மங்காப் பொற்சுடர் நீ

சுருங்கச் சொல்லி விளங்க வைக்கும் கம்பர் நீ

ஆர்வமுடன் கற்றுத் தருவதில் ஐன்ஸ்டீன் நீ

ஆழப்பொருள் விளக்கி அடிமனதில் பதியவைப்பதில் ஐசக்நியூட்டன் நீ!!....

சாக்பீஸ் பிடித்த சரஸ்வதி நீ

சாக்ரடீஸ் போன்ற அறிவுமதி நீ

சக்தி தந்து புத்தி தருவதில் சலசலப்பில்லாத புண்ணியநதி நீ!!....

அன்னை நிகர் அன்பு

தந்தை நிகர் அக்கறை

நிகர எடையாக கலந்தவர் நீ

நிகரில்லாத ஆசான்களில் நினைவில் நிற்கும் பொக்கிஷம் நீ...!

சித்தம் உள்ளவரை உம் சிந்தனை இருக்கும் ஐயா

ரத்தத்தில் கலந்துவிட்டது நீ கற்றுத்தந்த அன்பென்னும் உயர்திணை!!

வாழ்வில் உயர உயர சென்றாலும் உம்மிடம் கற்ற ஒழுக்கமே எங்கள் துணை!!

நீ மறுத்தாலும் யாம் சொல்வோம் ஆசிரியரில் உமக்கில்லை ஈடு இணை!!

அழகிய நன்னாள் உம் பிறந்தநாளில் அடி பணிந்து வணங்குகிறேன் ஐயா

என்றென்றும் உங்கள் ஆசிர்வாதங்கள் வேண்டும்

உங்கள் அன்பு மாணவன்.

# விவசாயி

மண்ணிலே விதை விதைத்தவன்

மனதிலே பயிர் வளர்ப்பவன்

வளரும் பயிர் நினைத்து தன்னுழைப்பை உரமாய் இடுபவன்

உயிராய் நிலம் போற்றி

உணவை விளைவிப்பவன்

பயிரை வளர்க்கும் வரை

தினம் தூக்கத்தை தொலைப்பவன்


மேகமே இவன் தெய்வம்

மெல்லிசை இடிச் சத்தம்

காதலோ வயல் மொத்தம்

கட்டிப்பிடித்து கதை பேசும்

கதிர் தானே இவன் சுவாசம்

உடலெல்லாம் மண் வாசம்

உயிருக்கும் மேலானது இவன் நேசம்


தினந்தோறும் புது ஊக்கம்

இவன் இரவெல்லாம் விடியலுக்கு ஏங்கும்

இதமான இளங்காலையில்

இறங்கிடுவான் வயல் மீதினில்


உயிர் சுமக்கும் பெண் போல

பயிர் சுமக்கும் உயிர் இவனே

குழந்தை அசைவை ரசிக்கும் பெண் போல

குருத்து வளர்வதை
ரசிப்பானே


உலகின் பசி போக்குவதே எண்ணமாகும்
உடைகள் கூட ஆங்காங்கே மண் கரை பட்ட வண்ணமாகும்


நாட்டின் முதுகெலும்பான விவசாயியே
வளர்ச்சி என்னும் வீட்டைத் திறக்கும் அற்புத சாவியே....


நாமெல்லாம் சோற்றில் கை வைக்கவே
நாளெல்லாம் சேற்றில் கால் வைக்கிறான்


ஊரெல்லாம் இவன் கடன் பட்டாலும்
பயிர் திடம் பெறவே தினம் பாடுபடுகிறான்


மீண்டும் கற்காலம் கூட சென்று விடுவோம்
ஒரு விவசாயியாய் மட்டும் நாம் வாழ்ந்திடுவோம்


நிலவில் நீரைத் தேடுவதை மறந்து
நிலத்தில் நீரை சேமிப்போம்


கிழவனாகி சாவதற்குள் கொஞ்சம் நிலம் வாங்கி
எல்லாரும் உழவனாவோம்
உணவுக்கு மரியாதை செய்வோம்
அதை உற்பத்தி செய்பவரை மனதார வாழ்த்துவோம்...

# நிலவுப்பெண்ணே

84

நிலவின் நகல் என்பதா இல்லை

நிலவே நீயென்பதா...

உனக்காக நான் தேய்கிறேன்

உன் கண்ணசைவில் உயிர் வாழ்கிறேன்..!!

என்னைக் கடக்கும் போது

ஒளிவீசிப் போவதைப் போல்

ஒருசொல் வீசிப்போவாயா...!

மழை கொண்டு அலையும் மேகம் போல

மனதில் காதல் கொண்டு அலைகிறேன்!

என்னை அழைப்பாயோ இல்லை

அணைப்பாயோ நிலவுப்பெண்ணே....!

# காரிகை

85

தூரிகைக் கொண்டு பிரம்மன் வரைந்த

வானவில்லோ அவள் புருவங்கள்!

காரிகை என்னும் வார்த்தைக்கு

அர்த்தங்களாய் பிறந்தவள்!!

கார்த்திகை தீபஒளி அவள்!

காதல் கருவறையின் குழந்தை அவள்!

கார்கால மழை உதித்த சாரலின் சங்கீதம் அவள்!

சாரல்பட்டதும் தோகை விரித்தாடும்

சந்தோச மயிலின் சாயல் அவள்!

இன்னும் வர்ணிக்கலாம் அதற்குள்

இப்பிறவி முடிந்திடுமே!!..

# காா்த்திகை பெண்ணே

இதயக்கதவை திறந்தவள் நீ

என் இல்லத்தின் கதவும் திறந்தே இருக்கிறது

உன் வருகைக்காக!

இதயத்தில் காதல் தீபம் ஏற்றினாய்

இல்லத்திலும் காா்த்திகை  தீபம் ஏற்றிவிடு!

உன் அழகான வெட்கத்தை கொஞ்சம் விலக்கு!

உனக்காக

காத்திருக்கிறது  என்வீட்டின்  அகல்விளக்கு..

# பூக்களும்- பாக்களும்

பூக்களும் மறுபிறவி பெற்றதே உன்கூந்தல்

வேரில் தங்கிய நீர்த்துளிகள் ஈரத்தில்....

எந்தன் பாக்களும் உயிர் பெற்றதே

தேவதை கண்களின் பார்வையைப் பெற்றதில்.....

வாடாத பூக்கள் கூட இருக்கலாம்

உன்னைப் பாடாத என் பாக்கள் இல்லை...

உன்னை நீங்கினால் பூக்களும் வாடிவிடும்

என் பாக்களும் வாடிவிடும்...

பூக்களை சூடிக்கொள் என் பாக்களை

உன் இதயத்தில் மூடிக்கொள்...

பூக்கள் மணம் வீசும்

என் பாக்கள் உன் மனதோடு பேசும்!

# காற்றுக் குழந்தை

கார்முகில் தழுவிய தென்றல் என் கன்னத்தில்

முத்தமிட்டு கைகளை கோர்த்துக்

கடற்கரை மணலில் என்னோடு கால் பதிக்கிறது...

என் காதலி நீ வரும் வரை

நம் காதல் கதைகளை சொல்லும்படி கேட்டது!

அத்தனையும் கூறிவிட்டேன்

உன் அன்பை கவிதையாகவே பாடி விட்டேன்!

என்னோடு சேர்ந்து உன்னைக்

காணாமல் செல்வதில்லை என அடம்பிடிக்கிறதே

இந்த காற்றுக் குழந்தை!

கொஞ்சம் சீக்கிரம் வருவாயா.....

உனக்காக உன் காதல் குழந்தை நானும்

காற்றின் குழந்தை தென்றலும் காத்திருக்கிறோம்!!

# டிசம்பர் மாதம்

இந்த டிசம்பர் மாதத்தை உன்னால்

மறக்கவும் முடியாது கடக்கவும் முடியாது!!

கார்கால அடைமழையை விட

என் காதல் கவிதை மழையில்

நீ நனைந்த காலங்கள் அது..!!

மழைத்துளிகளின் வேகத்தை விட

என் கவிதைதுளிகள் உன்னை

நெருங்கிய நேரங்கள் அது!!

இதோ மீண்டும் டிசம்பர் மாதமும்

அடைமழையும் என்கவிதைகளும்.!!


நீ மட்டும் எங்கே.!?

# ஒருதலைக்காதல்

சொல்லமுடியாது என்றில்லை

சொல்லிவிட்டால்

உன் பதிலை கேட்கும்

சக்தி எனக்கில்லை!

பயந்தவன் காதலுக்கு லாயக்கில்லை என்கிறார்கள்!

கர்ப்பிணி காணும் பிரசவ வலியின் முன்னுணர்வு போல
நீயே என் காதலை உணர மாட்டாயோ என்ற ஆர்வம்தான்...

எந்த வித உணர்வும் இல்லாமல்

ஒரு அறுவை சிகிச்சை போல்

என் காதலை பிரசவிக்க மனமில்லை....

என் காதலை கையில் ஏந்த

உன் மனம் தயாராகும் வரையிலும்

உள்ளிருந்தே வளர்க்கிறேன் என் காதல் குழந்தையை..

# குட்டிக் கவிதை

எழுப்பிய அலாரத்தை அடித்து தூங்க வைத்து

மீண்டும் அலறியடித்து எழுந்து அம்மாவின்

சூடான இட்லி வயிற்றுக்குள் செல்வதற்குள்

அவசரமாய் தாவிப் பிடித்த கல்லூரிப்

பேருந்தில் அனைவரும் மீண்டும்

ஒரு குட்டித்தூக்கம் போட நான் மட்டும்

ஒரு குட்டிக் கவிதை வாசித்திருப்பேன்

என்னவளின்
ஒவ்வொரு இமைத்துடிப்பிலும்

# தோப்பில் ஒரு நாள்

அதையெல்லாம் மறக்க முடியுமா...!

தோப்பெல்லாம் கனியிருக்க,

தோழிநீ, அணில் கடித்த பழம் தேடி

அடம்பிடித்த அழுகை நாட்களை..!

கண்மூடி நீ திறக்கும் முன் எங்கோ

ஓடிய அணிலைக் கைகாட்டி நானே

கொஞ்சம் கடித்துத் தந்த கொய்யாவை

கண்மூடி ரசித்து தின்றாயே!

வெட்கத்தில் உன் தாமரை முகத்தை

ரசித்து முடிக்கும் முன்பே நீ சொன்னாயே

"நாளையும் வரலாம் இதே போல

கடித்து எனக்குத் தருவாயா" என..

# காதல் பூ

எப்போதும் வாடாத,

அடிக்கடி அவள் முகத்தில் பூக்கும்

அழகான காதல் பூ.....

அவள் பாதிக் கண்கள் பார்வை என்னும் நாணம்..!

அதில் தொலைந்திடுவேனே நானும்...!

அவளை பார்க்கையிலே அந்த வானும்

ஒட்டுமொத்த நட்சத்திரங்களும் இவளோ என எண்ணும்....

இவளைக் காணவே மழையிடம் தூது சொல்லும்

மழையும் இவளை பார்த்து விட்டால் மறுபடியும் பனிக்கட்டி
ஆகிவிடும்

அவளும் அதைபார்த்து விட்டால்

அடைமழை கொட்டித் தீர்த்துவிடும்

அந்த வானமே இனி வேண்டாமென இவள் மடிமட்டும்
வேண்டிடும்..!

இவள் என் மனைவியாகும் மர்மம் தெரிந்து மீண்டும் வானம்
சேர்ந்து விடும்

மேகம் சென்று ஒளிந்து விடும்.

# நீ தொட்டதும்

பச்சையங்கள் எல்லாம் செக்கச் சிவக்கிறதே

மருதாணி நிறம் கூட உன் கையில் வரம்பெறுகிறதே...

இனி நீரேதும் வேண்டாமென செடியும்

உன் விரலோரம் முளைக்க விரும்புதே....

சூரியனும்  வேண்டாமென உன்

சுகமான பார்வை வேண்டுதே...

சுத்திச் சுத்தி வளரும் செடி கூட உன்

சுந்தரக்கூந்தல் ஆக துடிக்குதே

சிற்றின,பேரின தாவரவகைகள் எல்லாம் உன்

அருகே வந்து எங்களுக்கும் தா வரம் என்கிறதே

நீ தொட்டால் தான் இனி வேரிலும் நீரேறும் போல

உன் கண்பட்டால் தான்

அதன் ஆசைகளும் தீர்ந்திடும் போல

# அரமியத்தில்

அவன் பேசிய வார்த்தைகளின் இசை படர்ந்து காதல்
கொடியாக அவள் காலேறும் நேரத்தில்

இமை விலக்கி இருட்டின் வெளிச்சத்தை கண்கள்
தேடிக்கொண்டு இருக்கும் போதே இங்கேவா என்ற சத்தம்

அரமியத்தில் அவன்...

மதியொழுகும் மார்கழியில்

மங்கையவள் கரம் தழுவ

ஆங்கோ ஓடினள்

அரவம் கூட தோற்றுவிடும் வேகம்

பருவம் வந்த பெண்ணென்பதை மறந்து அவன் இதழ்
பதித்து இதயத்தினில் இறங்கினாள்......

# இப்பழக்கு

தொடுதலில் ஒரு சுகமுண்டென்று கண்டால்
அது உன் கைகளில் ஒரு வரமாகவே மாறும்

உன்னிரு விரல் கிள்ளலில் இன்னும் தூளாகிறேன்
விரலிடை நடுவிலே விரதத்தை முடிக்கிறேன்

தரைமீது என்னை விழ வைக்கிறாய்
கரைதாண்டும் வெட்கத்தில் எனை வரைகிறாய்

நீ தொடும் ஒவ்வொரு புள்ளியும் ஒரு முத்தம் என்கிறாய்
நீ அடக்கிய மோகத்தின் மொத்தம் என்கிறாய்

எங்கெங்கோ ஆரம்பித்து விரல்களில் வித்தை செய்கிறாய்
என் வளைவு நெளிவுகளில் எல்லாம் ஏனோ
நீயும் உச்சம் காண்கிறாய்

உன் இறுதி பற்றுதலில் ஒரு கர்வம் கொள்கிறாய்
என்னை    முழுதும்    முடித்த    பின்    பார்வையிலேயே
கொல்கிறாய்

எல்லாம் முடிந்தது
பொழுதும் விடிந்தது
வாரி அணைப்பாய் என நினைத்தால்
வாசலிலேயே வழியனுப்பி விட்டாயே

இப்படிக்கு
உன் வாசல் கோலம்...

# காதலின் உணர்வுகளால்

சுடும் தீ கூட நீ தொட்டு விட்டால் சுகம் காணுமே

மழை கூட உன் கைபட்டதும் உறைந்து பனிஆகுமே

வரும் அலை கூட உன் பாதம் தீண்டினால் சிலை ஆகுமே

வண்ணமயில் கூட உன் பார்வை தீண்டினால் வெட்கி
தோகை விரிக்குமே

வாடி தலை குனிந்த மலர் கூட உன் வாசம் பட்டால்

மீண்டும் துளிர்த்திடுமே

வான் நிலவும் நீ சொன்னால் நேரில் வந்து மண்ணில்
உதித்திடுமே..

வாடைக்காற்றும் சுடும் இதம் ஆகுமே நீ கோதிவிடும்
கூந்தல் அழகில்


கோடை வெயிலும் குளிர் சாரல் நிழல் தருமே கொதிக்கும்
சூரியன் உன்னைப் பார்க்கையில்


இதுமட்டுமா

சாதாரண என் எழுத்துக்கள் கூட இன்று கவிதைகள் ஆனதே

உன்னால் ...உன்காதலால்...காதலின்

உணர்வுகளால்

# உயிர்வதை

உயிர்வதை இங்கு தொடர்ந்திடும்போது அதன் பதில் வினை
பாய்ந்து உனை அழித்திடும் பாரு

காடுகள் எல்லாம் வீடுகள் ஆனால்

வீடுகளும் ஒருநாள் காடுகளாய் மாறும்

காடுகள் அழிவெல்லாம் எல்லாம் நீ செய்த சூழ்ச்சி

இனி இயற்கை செய்திடும் இடர்பாடுகள் உன் வீழ்ச்சி

வாழு,   வாழவிடு இல்லையேல்

எதிர்காலம் கானலாகும்...

மாறிடு...இயற்கையைவளர்த்திடு...

# மறைகின்ற சூரியனே

மறைகின்ற சூரியனிடம் உரைப்பதற்கு ஒரு சேதி உண்டு

என்னைப் போல் தூங்கி விடாமல் சீக்கிரம் காலையில்
வந்துவிடு

பாடாய்படுத்தும் இரவுக்கு

பதில் சொல்லியே தூக்கம் தொலைகிறது....

பதில் சொல்ல முடியாத கேள்விகள் ஏனோ இரவில் மட்டுமே
இதயத்தில் புரள்கிறது

நகர்த்த முடியாத கடிகார முட்களை கொதிக்கும் உன்
கதிர்கொண்டு எரித்துப்போ...

ஏளனம் செய்கின்ற வாலாட்டும் பல்லிக்கு கூட வாழட்டும்
பாவம் அவன் என்கிற இரக்கப்பட்ட பார்வை

உறைய வைக்கும் பனி அடித்தால் கூட பரவாயில்லை
ஏதோ பேசுவது போல் என்னையே பார்க்கும் இந்த
அறையை தான் பார்க்க முடியவில்லை

மறைகின்ற சூரியனே

மறக்காமல் சீக்கிரம் வந்துவிடு.....

# என் மகள்

என் தேவதை என் பெண்ணவள்

எனக்காகவே வரமானவள்.....

என் நெஞ்சிலே ஒரு பூவானவள்

என்னோடு தான் வரும் காற்றவள்....

நான் எதைச் சொல்வது

என் இதயத்தில் அவள் துடிப்புள்ளது....

மழைநீரிலே ஒரு தேனுள்ளது

அவள் உமிழ்நீரிலே என் உயிருள்ளது....

காற்றின் கீதத்திலே ஒரு காதல் பிறக்கின்றது

அவள் மூச்சின் வாசத்திலே என்

வாழ்க்கை நகர்கின்றதே!...

வரும் நாட்களில் என் வசந்தம் அவள்

நான் தரும் கீதத்தின் தாயானவள்....

## தனிமை

தனிமை கொடுமை என்று நினைக்கலாம்

உண்மையில் வாழ்க்கை அங்கிருந்தே தொடங்குகிறது

தாய் மடி கருவறை இருட்டில் தனிமையின் சுகம் கண்டோம்!

இருட்டிடும் இரவினில் தலையணை மடி கண்டோம்!

யார் துணை தேவையில்லை என்ற தன்னம்பிக்கை
குழந்தையைப் பெற்றெடுப்பதே தனிமை எனும் தாய் தான்!!

லட்சியக் கனவுகள் வெற்றி கடல் சேர வடிகாலாய் அமைந்த
கற்பனை ஆற்றின் கால்வாய் இந்த தனிமைதான்!

உண்மையில் யார் யார் உண்மை என்பதையும் நாம் யார்
என்று நமக்கே உணர வைப்பதும் தனிமைதான்!

இனி தனிமையையும் காதலியுங்கள்!

அது உங்களை நீங்களே காதலிப்பதற்குச் சமம்.

# நினைவின் ஞாபகம்

எரிச்சலாய் இருக்கும் நேரம்

எழுதுவதற்கு எதுவும் இல்லை

என்ற கவிஞனுக்கு

எங்கெங்கோ இருக்கும் மேகங்கள் எல்லாம் சேர்ந்து

மழையாகப் பொழிந்து ஜன்னல் வழி எட்டிப் பார்த்து

எதையாவது எழுதேண்டா எனச் சொல்வது போல் இருக்கிறது....

கடந்து சென்ற கணத்தினில்

இரண்டு முறை நீ திரும்பிப் பார்த்த நினைவின் ஞாபகம்.....

# ஏறு தழுவுதல்

அடங்காமல் திமிறி வரும் காளைகளை அஞ்சாமல் அடக்க துடிக்கும் காளைகள்....!

போர்ப்பறை சத்தத்தில்

ஆர்ப்பரிக்கும் கூட்டத்தில்

அசராத நெடுந்திமில்தனை

உசுருக்கும் அஞ்சாமல்

உரமான வீரத்தின் துணை கொண்டு உறுதியான உள்ளத்தின் பலம் கொண்டு பாய்கிறதே இங்கு இரண்டு கால் காளைகள்

மேரு தழுவும் பனி மேகங்களைப் போல் ஏறு தழுவும் எங்கள் தமிழின் புகழை ஏழு கண்டங்களிலும் எடுத்துரைக்காத ஆட்கள் இல்லை

ஆளுயர வளர்ந்த அழகான பிள்ளை போல் அசைந்தாடும் கொழுத்த திமில் காளைகள் எங்கள் ஆண்களைக் கூட அன்னைகளாக்கும்

கூரான இரு கொம்புகள் இருந்தும் மாறாத எங்கள் அன்புகள் முன்னே மடி தவழும் பிள்ளைகள் ஆகும்

மாடென்று மனதில் நினைக்காமல் மகனென்று மாறிய சொந்தம் வளர்த்தெடுத்த வீரங்கள் எல்லாம் வாடிவாசல் வந்ததும் பேசும்

வனங்கள் எல்லாம் வீடுகள் ஆகின வீடுகளெல்லாம்
அடுக்குமாடிக் கூடுகள் ஆகின...

ஆயிரம் யுகம் போனாலும்

இந்த பண்பாடு மட்டும் மாறாதே....

அழிந்து வரும் உயிரினங்களில் எங்கள் நாட்டு மாடுகள்
சேராதே...


தமிழுள்ள வரை ஏறு தழுவுதல் உண்டு

தீரமான தமிழர்கள் உள்ளவரை திமில் தூக்கிய காளைகள்
உண்டு

# புத்தம் புது காலை

எழுந்து விட்டாயா என எட்டிப்பார்க்கும் சூரியனை
தொட்டுப் பிடித்து ஒரு கவிதை சொல்லவா


பறக்கும் அந்த பறவைகளையெல்லாம் என்னையும்
அழைத்துக் கொண்டு அடுத்த தேசம் போக சொல்லவா


இழுத்துப் போர்த்தி தூங்கும் மேகத்தையெல்லாம் கீழ்வானம்
வழி இறங்கி கட்டி அணைக்க சொல்லவா


எங்கேயோ கத்திக் கொண்டிருக்கும் கருங்குயிலை எனக்காக
ஒரு பாடல் படிக்க சொல்லவா...


கள்வன் போல் மெதுவாக தரையிறங்கத் தவித்துக்
கொண்டிருக்கும் மார்கழிப் பனியை பக்கத்தில் வந்து மேனி
பரவச் சொல்லவா


இரவெல்லாம் கண்விழித்த குழந்தை போல் மெது மெதுவாக
கண் உறங்கிடும் தெரு விளக்குகளை தேநீர் போட்டு எடுத்து
வரச்சொல்லவா...


மரங்களை மட்டும் கட்டியணைத்து கதை பேசிடும்
தென்றலை கொஞ்சம் தொட்டுப் பேசி கதைக்கச் சொல்லவா

அள்ளி அணைக்கச் சொல்லி ஆசையாய் ஓடி வரும்
குழந்தை போன்ற கடல் அலைகளையெல்லாம் கையில்
எடுத்து கன்னம் சேர்க்கவா...


இந்த அதிகாலை எனக்கு இன்னும் ஆயிரம் மாயங்கள்
காட்டுதே அனுதினமும்...


எனக்காக வந்த இவைகளுடன் இனிதே தொடங்குகிறதே
என் இன்றைய பயணம்...

அள்ளி அணைக்கச் சொல்லி ஆசையாய் ஓடி வரும்
குழந்தை போன்ற கடல் அலைகளையெல்லாம் கையில்
எடுத்து கன்னம் சேர்க்கவா...

இந்த அதிகாலை எனக்கு இன்னும் ஆயிரம் மாயங்கள்
காட்டுதே அனுதினமும்...

# கதைப்பாயா

நேரங்கள் போதவில்லை

காதில் விழும் உன் குரல் காற்றில் கரைவதற்குள் நெஞ்சில் சேமிக்கிறேன்


நட்சத்திரங்களை எண்ணி முடிக்கும் நேரம் வரையில் கதைப்பாயா...

காத்திருக்கிறேன்


காற்று பூமியில் வற்றும் வரை கதைப்பாயா

காத்திருக்கிறேன்


கடல் அலைகள் கரை வெறுத்து காணாமல் போகும் வரை கதைப்பாயா

காத்திருக்கிறேன்


மொத்த வெப்பமும் குளிர்ந்து சூரியன் ,

பனி தேசமாகும் வரை கதைப்பாயா

காத்திருக்கிறேன்


பற்ற வைத்த நெருப்பு தலைகவிழ்ந்து எரிந்து காலியாகும் நேரம் வரை கதைப்பாயா

காத்திருக்கிறேன்...

காற்று தீண்டாமல் மழை பொழிந்து மண் நனைக்கும் நேரம்
வரை கதைப்பாயா

காத்திருக்கிறேன்


காற்றைப் பிரிந்து தனியே மேகம் நடந்து செல்லும் நேரம்
வரை கதைப்பாயா

காத்திருக்கிறேன்...


கடல் வற்றி கதிரவன் சுடும் நிலமாக புனல் மாறும் வரை
கதைப்பாயா

காத்திருக்கிறேன்


என் கவிதைகளுக்கெல்லாம் கால் முளைத்து உன் வாசல்
கதவினைத் தட்டும் வரை கதைப்பாயா காத்திருக்கிறேன்


எல்லாம் தாண்டி கடிகாரம் கூட காலம் மறந்து நம்மொடு
கதை பேசிடும் வரை.....
காற்றும் வந்து கை கோர்த்து நடந்திடும் வரை ....


கதைப்பாயா....


காத்திருக்கிறேன்.

## மனசாட்சி

செய்யும் போதே செய்யாதே என்றும் செய்யென்றும் சொல்லும் உணர்வு...

அதை மீறி செய்து விட்டாலும் விடுவதில்லை ஏன் செய்தாயென்றும் ஏன் செய்யவில்லையென்றும் வேறெதையும் செய்ய விடாமல் செய்ததைதையே நினைத்துப் பார்க்க வைத்து நம்மை செயலிழக்கச் செய்யும் ஒரு உணர்வு தான்

.

.

.

.

மனசாட்சி.....

# இயற்கையே...

கண்டு ரசிக்க கண்ணருகே இயற்கை இருக்க கவலைகள்
எல்லாம் கானல் நீரே.....


தினம் தின்று உறங்கிடும் வாழ்க்கை ஓட்டத்தில் கொஞ்சம்
நின்று ரசிக்க ஓர் அதிர்ஷ்டமும் வேண்டும்


கொன்று புதைத்திடும் பல இதய உணர்வுகளை கொஞ்சம்
குளிரூட்டிப் போக இந்த இயற்கையும் வேண்டும்


நன்றும் தீதும் நாம் காண்பதை பொறுத்தென்றால் அதில்
நலம் பெறும் நல்லெண்ணம் இயற்கை தரும் பேரின்பம்


என்றென்றும் எப்போதும் இந்த வயதுகள் தான் போனாலும்
அன்றும் அப்போதும் உன் முன் நானொரு குழந்தையே
இயற்கையே...

# ஊடல்

எனக்குத் தெரியும்

ஆயிரம் முறை தட்டச்சு செய்தும் அழிக்கப்பட்டிருக்கும் உன்
குறுஞ்செய்திகள்


நானே வருவேன் என்ற இந்த எண்ணத்தை நம்பிக்கை என
நீ நினைக்கிறாய்


ஏனோ நான் கொண்ட நம்பிக்கை மட்டும் உனக்கு திமிராய்
தெரிகிறது


மீண்டும் புறா விடு தூது காலம் செல்லலாமா

அங்கெல்லாம் **last seen** இல்லை, **Blue tick** கள் இல்லை,
கையருகே தபால் பெட்டி போல் இந்த செல்போன் இல்லை


இணையம் இருவரையும் இணைக்கிறது இதயத்தின் பிணக்கு
இருவரையும் பிரிக்கிறது


முன் கோபமா, விரக்தியா, செல்லச் சண்டையா எதுவென
புரியாமல் குழப்பும் நேரத்திலும் உன் குறுஞ்செய்திக்கே
மனம் ஏங்குதே


மறந்து விட்டேன் என நீ நினைக்கலாம் பேசிக்கொண்டு
தான் இருக்கிறேன் நீ விட்டுச்சென்ற உன் நினைவுகளிடம்...

வெறுத்து விட்டேன் என நீ நினைக்கலாம் இன்னும் விரும்பி
நினைத்துக் கொண்டு தான் இருக்கிறேன் சீக்கிரம் நீ
வருவாய் என..


காலங்கள் கடிகாரத்தை மட்டும் தான் மாற்றுகின்றன காதல்
இன்னும் அப்படியே கைரேகைகளாய் ....


பதிலுக்காக காத்திருக்கிறேன் கேள்வி வந்தாலும் சரி


வினாக்குறி போல் குறுகி நிற்கும் இதயத்தை ஆச்சரியக் குறி
போல் ஆனந்தப் படுத்த வருவாயா....

# பாவம் பெண்

பிறந்து அவள் வளர்வதற்குள்
பெறும் பாடம் பெரும் பாடே!


காலம் அது சுழன்று முடிப்பதற்குள் அவள் காண்பதெல்லாம்
வலி தாங்கிய வாழ்க்கை சுவடுகளே...


சாதாரண உடல் உறுப்புகள் தான் ஏனோ பிறர் கண்களை
உறுத்தும் பொருளானதே...


அவள் காண்பித்தால் நான் பார்த்தேன் இது சரியென்றால்
ஐந்து வயது குழந்தை சிரிப்பில் கூடவா காமம் தெரிகிறது


ஆதாரமே அவள் என்று ஆன பின்பு
எப்படியோ அடிமையானாளே ஆண்களின் முன்பு


பழமை பேசும் மூடர்கள் தடைகளென்றால் அவளை
தைரியமாக வளர்த்தடுக்காத தாய்மைகளும் ஊமைகளே


தொடுவதற்கு ஒருவனுக்கு தைரியம் வருகிறதென்றால்
அவனை சுடுவதற்கும் சட்டம் வந்தாலென்ன


பெண்மையின் வறுமைத் தீயில் குளிர் காயும் குரூரர்கள்
எல்லாம் ஆண்கள் இனத்தின் சாபங்கள்

அவனைப் பெற்றவள் சுமந்த பாவங்கள்...

# இணையில்லா இணையவள்

இரு வரிக் கவிதைகள் தோற்றுப் போகும் இதழ்களைத்
திறந்து நீ கொஞ்சம் பேசினால்


முழு இதயம் காற்றில் மூழ்கிப் போகும் உன் முகத்தை நீயும்
காட்டிப் போனால்


அடர் மேகமும் கொஞ்சம் மழை தூறிப் போகும் இமை
திறந்து நீ பார்த்துப் போனால்


இறுகிய இலைகளும் துளிர் விடுமே உன் மூச்சின் வாசம்
சேர்ந்தால்


இதமான தென்றலும் இரவல் கேட்குமே உன் கூந்தல்
காற்றினில் அசைந்தால் ...


அணையாத சூரியனும் அடம்பிடித்து ஏங்குமே

தரை மீது சாய்ந்திடும் உன் நிழல் காணவே...


கடல் மீண்டும் சுனாமியாய் கரை வந்து மோதுமே
கரையோரம் பதிந்திடும் உன் பாதம் சேரவே....


இவை கொண்ட ஆசையெல்லாம் நிராசையாகிப் போனதே நீ
எந்தன் தோள் சாய்ந்து விரல் கோர்த்து என்னைப்
பார்க்கையில்....

இவ்வுலகம் என் சொந்தமானதே

என்னுலகம் நீ என் சொந்தம் ஆனதால்

## பயணம்

நீங்காத நினைவுகளின் எதிரொலிகளோடே ஒவ்வொரு
நெடுந்தூர பயணங்களும் தொடங்குகின்றன


பார்க்கும் வழிகளெல்லாம்

சேர்க்கும் பல ஞாபகங்கள்

யாவும் கடத்திடுமே கடிகாரம் கூட மெல்ல பேசிடுமே


கண் மறையும் வழித்தடங்கள் யாவும் மீண்டும் காணாது
போவாயோ என கதை சொல்லிப் போவது போல் விழி
தாண்டி மறைந்திடுமே....


சொல்வனங்கள் எல்லாமே சூடேறி ஆவியாகியே இதழ்
வறண்டு போகுதே இமையோடு நீராக உறவின் நினைவுகள்
ஓடுதே...


என்றாவது ஒருநாள் பிரிவென்பது உண்டே

அன்றே அதை அறிந்திடும் முன்னே இன்றே ஒரு
ஒத்திகையோ....


எப்படிப் பார்த்தாலும் இங்கு ஒவ்வொரு பயணங்களும் ஒரு
சிறு தொடர்கதையே.....

# உனக்குத் தெரியுமா

எதற்கிந்த காதல் கீதல்

மோதல் சாதல் நாமுண்டு வேலையுண்டு என்றிருந்த
எனக்குள் காதல் வந்தது எப்படி என்று உனக்குத் தெரியுமா...


சாதாரணமாக நான் பார்த்த வானம் இன்று உன் முகம்
காட்டும் கண்ணாடி ஆனது உனக்குத் தெரியுமா


என் விரலிடையில் சிக்கும் கோலப்பொடி எடுக்கையில் உன்
கன்னம் கிள்ளுவதாய் நினைக்கிறேன் உனக்குத் தெரியுமா...


குளியலறையிலும் ஜன்னல் மறைக்கிறேன் உன் கண்கள்
தெரிவதால் அது உனக்குத் தெரியுமா


தலை துவட்டும் போதிலும் கண் மூட மறுக்கிறேன் ஈரத்
துளியிலும் உன் வேர்வை வாசனை உனக்குத் தெரியுமா


கால்கள் தரையிலே நடந்து போகையில்

கண்கள் பின்னால் திரும்பி உன் வருகை வேண்டுதே
உனக்குத் தெரியுமா


இதயத் துடிப்பின் உச்ச வேகம் அறிகிறேன் உன்னைக் கண்ட
அந்த நொடியினில் உலகம் மறக்கிறேன் உனக்குத்
தெரியுமா....

உள்ளிரங்கும் ஒரு வாய் உணவும் கூட உன் நினைவில்
தானே இறங்குதே உனக்குத் தெரியுமா...


உள்ளிருக்கும் எந்தன் இதயமும் உன் பெயரைச் சொல்லி
துடிக்குதே உனக்குத் தெரியுமா


உன்னோடு பேசிய வார்த்தைகளை உளருகிறேன் தினம்
கனவில் உனக்குத் தெரியுமா


ஊர்ந்து சென்றிடும் மேகம் கண்டால் உன் மார்பு நிறைந்திட்ட
ரோமம் ஞாபகம் உனக்குத் தெரியுமா...


ஓடம் கூடவே ஒரு துடுப்பு போலவே உன்னைச் சேரவே
விருப்பம் கொள்கிறேன் உனக்குத் தெரியுமா....


ஓயாமல் உன்னை தீராத காதலால் மார்போடு சாய்த்து இந்த
ஜென்மம் வாழனும் அது உனக்குத் தெரியுமா...


என் பெயரில் மீதி உன் பெயரை சேர்த்து உன் உயிரில்
தானே என் உயிரைக் கோர்த்து உன்னையே நினைத்து
என்னையே மறக்கிறேன் உனக்குத் தெரியுமா..